அள்ள அள்ளப் பணம் 4

பங்குச்சந்தை
போர்ட்ஃபோலியோ முதலீடுகள்

டாக்டர் **சோம. வள்ளியப்பன்**

பங்குச்சந்தை வர்த்தகம், பொருளாதாரம், உணர்வு மேலாண்மை, சுயமுன்னேற்றம், நிர்வாகவியல், மனித வள மேம்பாடு, நிதி நிர்வாகம் உள்ளிட்ட துறைகளில் பல புகழ்பெற்ற நூல்களை எழுதியவர். துறைகள் சார்ந்த செழிப்பான அனுபவமும் நிபுணத்துவமும் கொண்டிருக்கும் இவர் தொலைக்காட்சி மற்றும் பத்திரிகைத்துறை ஊடகங்களில் தொடர்ந்து இயங்கிவருகிறார். Emotional Intelligence-ல் ஆய்வுசெய்து சென்னை பல்கலைக் கழகத்தில் PhD. பட்டம் பெற்றவர். சொற்பொழிவுகள் மற்றும் பயிற்சி வகுப்புகள் மூலம் பல ஆயிரக்கணக்கான மக்களுடன் தொடர்ந்து உரையாடி வருபவர்.

ஆசிரியரின் பிற நூல்கள்

பங்குச்சந்தை
1. அள்ள அள்ளப் பணம் 1 - பங்குச்சந்தை: அடிப்படைகள்
2. அள்ள அள்ளப் பணம் 2 - பங்குச்சந்தை: அனாலிசிஸ்
3. அள்ள அள்ளப் பணம் 3 - பங்குச்சந்தை: ஃபியூச்சர்ஸ் அண்ட் ஆப்ஷன்ஸ்
4. அள்ள அள்ளப் பணம் 4 - பங்குச்சந்தை: போர்ட்ஃபோலியோ முதலீடுகள்
5. அள்ள அள்ளப் பணம் 5 - பங்குச்சந்தை: டிரேடிங்

வியாபாரம்
1. நம்பர் 1 சேல்ஸ்மேன் (சிறந்த விற்பனையாளர் ஆவது எப்படி?)
2. பணமே ஓடி வா!
3. பணம் - சந்தேகங்கள், விளக்கங்கள் (FAQs)

நிர்வாகம்
1. ஆளப்பிறந்தவர் நீங்கள் (தலைமைப் பண்புகள்)
2. காலம் உங்கள் காலடியில் (நேர நிர்வாகம்)
3. யார் நீ? (பர்சனாலிட்டி)
4. உலகம் உன் வசம் (கம்யூனிகேஷன்)
5. உறுதி மட்டுமே வேண்டும் (கமிட்மெண்ட்)
6. உறவுகள் மேம்பட (Secrets of Managing People)
7. சிறந்த நிர்வாகி ஆவது எப்படி?
8. தங்கத் துகள்கள் (காலம் உங்கள் காலடியில் - 2)

சுயமுன்னேற்றம்
1. இட்லியாக இருங்கள் (எமோஷனல் இண்டலிஜென்ஸ்)
2. டீன் தரிகிட (பதின் பருவத்தினருக்கு)
3. அதிகாரம் அல்ல, அன்பு (சுயமுன்னேற்றக் கட்டுரைகள்)
4. மன அழுத்தம் விரட்டலாமா (மாணவர்களுக்கு - யுனெஸ்கோவுக்காக)
5. உஷார் உள்ளே பார் (மனமும் சக்தியும்)
6. ஆல் தி பெஸ்ட்! (நேர்முகங்களில் வெற்றி பெறுவது எப்படி?)
7. தள்ளு (மோட்டிவேஷன்)
8. சின்னத் தூண்டில் பெரிய மீன்
9. சிறு துளி பெரும் பணம்
10. சொல்லாததையும் செய்!

உறவுகள்
1. காதலில் இருந்து திருமணம் வரை
2. அப்பா மகன் - நெருக்கமும் நெருடல்களும்

அள்ள அள்ளப் பணம் 4

பங்குச்சந்தை

போர்ட்ஃபோலியோ முதலீடுகள்

சோம. வள்ளியப்பன்

கிழக்கு

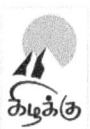

அள்ள அள்ளப் பணம் 4 - போர்ட்ஃபோலியோ முதலீடுகள்
Alla Alla Panam 4 - Portfolio Muthaleedugal
by Soma. Valliappan ©

Second Edition: June 2009
First Edition : January 2009
152 Pages
Printed in India.

ISBN: 978-81-8493-064-1
Title No: Kizhakku 377

Kizhakku Pathippagam
177/103, First Floor, Ambal's Building, Lloyds Road,
Royapettah, Chennai - 600 014. Ph: +91-44-4200-9603
Email : support@nhm.in Website : www.nhm.in

◼ kizhakkupathippagam ◩ kizhakku_nhm

Author's Email: writersomavalliappan@gmail.com
Author's Website : www.writersomavalliappan.in
www.facebook.com/Soma Valliappan
www.youtube.com/Soma Valliappan

Kizhakku Pathippagam is an imprint of New Horizon Media Private Limited

The views and opinions expressed in this book are the author's own and the facts are as reported by the author, and the publishers are not in any way liable for the same.

All rights reserved. No part of this publication may be reproduced, stored in a retrieval system, or transmitted, in any form or by any means, electronic, mechanical, photocopying, recording or otherwise, without the prior permission of the publishers.

சமர்ப்பணம்

திரு சா. கந்தசாமி அவர்களுக்கு

உள்ளே

1. செல்வம் சேர் ... 11
2. மாதிரிக்கு சில நிறுவனங்கள் ... 32
3. பரஸ்பரநிதிகளும் போர்ட்ஃபோலியோக்களே ... 45
4. தனிநபர் போர்ட்ஃபோலியோ ... 69
5. பங்குகள் எனும் சொத்து ... 82
6. தனி நபர் போர்ட்ஃபோலியோ உருவாக்க சில வழிமுறைகள் ... 89
7. முதலீடு செய்யுமுன் பார்க்கவேண்டியவை ... 123
8. எப்படி வாங்குவது? ... 130
9. மொத்தத்தில்.... ... 145
10. பின் இணைப்புகள் ... 149

ஓர் அவசியமான முன்குறிப்பு

இந்தப் புத்தகம் பங்குச் சந்தையைப் பற்றி அறிந்து கொள்ளவும், பங்குச்சந்தை எப்படி வேலை செய்கிறது என்பதைப் புரிந்து கொள்ளவும் உதவும் வகையில் மட்டுமே எழுதப்பட்டுள்ளது. எந்தெந்தப் பங்குகளில் முதலீடு செய்ய வேண்டும் என்ற எந்த அறிவுரையும் இந்தப் புத்தகத்தில் கொடுக்கப்படவில்லை. பங்குச் சந்தையில் முதலீடு செய்வதா, வேண்டாமா, எந்தெந்தப் பங்குகளை வாங்குவது, விற்பது ஆகியவை முழுவதுமாக உங்கள் முடிவாகும்.

பங்குச் சந்தை வர்த்தகத்தில் ஈடுபடுவதாலோ அல்லது வேறெந்த முதலீடுகளில் ஈடுபடுவதாலோ உங்களுக்கு ஏற்படும் நட்டங்களுக்கோ, இழப்புகளுக்கோ பதிப்பாளரோ, ஆசிரியரோ எந்த விதத்திலும் பொறுப்பேற்க மாட்டார்கள்.

DISCLAIMER

This book is only meant to help you learn about the stock market and how it works. Specifically nothing in this book should be construed as investment advice of any kind. You are solely responsible for your decision to invest in the stock market or buy or sell any specific shares.

The Publisher and the Author accept no liability for any losses or damages of any kind that may result from your investments in the stock market or elsewhere.

1. செல்வம் சேர்

*அ*ள்ள அள்ளப் பணம் 1-ல் பங்குச்சந்தை என்றால் என்ன என்று பார்த்தோம். அடுத்து, அள்ள அள்ளப் பணம் 2-ல் இன்னும் கூடுதல் விவரங்களாக, எதனால் பங்குச்சந்தையில் மாற்றங்கள் நிகழ்கின்றன என்றும், பங்குகளைத் தேர்வு செய்ய உதவும் தகவல்களையும், பங்குகளை எப்போது வாங்கலாம், விற்கலாம் என்பனவற்றையும் பார்த்தோம். அவையெல்லாம் போதாதென்று அள்ள அள்ளப் பணம் 3 என்று ஒரு தனிப் புத்தகத்தில், முழுக்க முழுக்க பியூச்சர்ஸ் அண்ட் ஆப்‌ஷன்ஸ் எனப்படும் முன்கூட்டிச் செய்யும் யூக விற்றல் வாங்கல்களைப் பற்றியும் பார்த்தாகி விட்டது.

'இவை மூன்றும் போதாதென்று இன்னுமொரு அள்ள அள்ளப் பணமா? மேலும் சொல்வதற்கு இதில் என்ன இருக்கிறது!' என்று தோன்றலாம்.

பங்குச்சந்தை பற்றி எதற்காகத் தெரிந்துகொண்டோமோ, அதைச் செய்கிறோமா? அதைவிட முக்கியமாக, அதைத்தான் செய்கிறோமா? இது தான் நம்மை நாமே கேட்டுக்கொள்ள வேண்டிய கேள்வி.

பங்குச்சந்தைக்கு ஒருவர் வருவதற்கான முக்கிய நோக்கம், பணம் பண்ணுவதற்குத்தானே! கொண்டு

வருகிற பணத்தைவிடக் கூடுதல் பணத்தை இங்கிருந்து எடுக்க வேண்டுமல்லவா? பெரும்பாலானவர்களுக்கு அது நேருவதில்லை என்பதைத் தெரிந்து கொண்டபோது அதிர்ச்சியாக இருந்தது. அதற்கான நிச்சய வழியை விரிவாகத் தெரிவிப்பது தான் இந்தப் புத்தகத்தின் நோக்கம்.

பங்குச்சந்தை நிச்சயமற்ற தன்மை உடையதுதான். இங்கே ரிஸ்க் உண்டு. நிச்சயம் பணம் பண்ணலாம் என்று சொல்ல முடியாது. இதெல்லாம் ஏற்கெனவே தெரிந்ததுதான். இருந்தாலும் இங்கே எவ்வளவோ நபர்கள் கணிசமாகவே பணம் பண்ணுகிறார்களே! நிலைமை அப்படியிருக்க, ஏன் சிலரால், அதுவும் மிக அதிகமான விவரம் தெரிந்து வைத்திருந்தும் கூட சிலரால், பணம் பண்ண முடிவதில்லை? பணம் சம்பாதிக்காதது மட்டுமல்ல, சொந்தப் பணத்தை வேறு இழக்கவும் நேருகிறதே! ஏன்?

அவர்கள் செய்வது அல்லது செய்யத் தவறுவது என்ன? எங்கே தவறு நிகழ்கிறது? அவற்றை எப்படிச் சரி செய்ய வேண்டும்? தெளிவாகவே பார்த்து விடலாம்.

தஞ்சை, மயிலாடுதுறை, நாமக்கல், சேலம், கோவை, ஈரோடு, தூத்துக்குடி, திருச்சி, பரமக்குடி, சென்னை, மதுரை, நெய்வேலி, திண்டுக்கல், திருவாரூர், திண்டிவனம், பாண்டிச்சேரி என்று தமிழ்நாட்டில் பல ஊர்களுக்குப் போய் பங்குச்சந்தை பற்றிப் பேசும் வாய்ப்பு எனக்குக் கிடைத்தது. எல்லாம் மூன்று மணி நேரம் முதல் ஆறு மணி நேரம் வரையிலும் நடைபெறும் கூட்டங்கள். சில ஊர்களில் ஆச்சரியகரமாக முன்னூறு, நானூறு பேர்கூட வருவார்கள். ஆண்கள், பெண்கள், இளைஞர்கள், ஓய்வு பெற்றவர்கள் என்று எல்லா வகையினரும் கலந்து இருக்கும் கூட்டங்களாக அவை அமைந்தன.

அந்தக் கூட்டத்தின் மூலம் அவர்கள் தெரிந்துகொள்ள விரும்புவது என்ன என்பது பற்றி தெரிந்துகொள்ள, கூட்டத்தில் உள்ளவர்களைப் பார்த்து சில கேள்விகள் கேட்பேன். பல கூட்டங்களில் அந்தக் கேள்விகளுக்குக் கிடைத்த பதில்கள் அதிர்ச்சி கொடுத்தன. அதன் விளைவாகத்தான் இந்தப் புத்தகத்தை எழுத முடிவு செய்தேன்.

கூட்டத்தில் அப்படி என்ன கேட்டேன்? அதற்கு என்ன பதில் வந்தது?

‘உங்களில் பங்குச்சந்தை பற்றிய பரிச்சயம் இல்லாதவர்கள், ஏற்கெனவே பங்குச்சந்தையில் ஏதும் செய்திராதவர்கள் மட்டும் கை தூக்குங்கள்.’

சிலர் கை தூக்குவார்கள்.

‘சரி, சரி, ஏற்கெனவே பங்குச்சந்தையில் வாங்குதல் விற்றல் செய்து கொண்டிருப்பவர்கள் கை தூக்குங்கள்.’

மடமடவென்று பல கைகள் உயரும். எல்லாக் கூட்டங்களிலுமே 70%, 80% பேர், இந்தப் பிரிவினைச் சேர்ந்தவர்களாகத்தான் இருந்தார்கள். தொடர்ந்து அந்த மூன்றாவது கேள்வியை கேட்பேன்.

‘பங்குச்சந்தையில் இருக்கிறேன் என்று கை தூக்கியவர்களில் எவ்வளவு பேர் நிகரமாக லாபம் பார்த்திருக்கிறேன் என்று சொல்லக் கூடியவர்கள்? அவர்கள் மட்டும் மட்டும் கை தூக்குங்கள் பார்ப்போம்.’

அங்கொன்றும் இங்கொன்றுமாக வெகு சிலர் கைதூக்குவார்கள். சில கூட்டங்களில் எவருமே கைதூக்காமல் விட்டதும் உண்டு.

கடைசியாக, ‘மொத்தத்தில் பங்குச்சந்தையில் வர்த்தகம் செய்ததில் நட்டம்தான் என்று சொல்பவர்கள் கை தூக்குங்கள்.’

பல கைகள் உயரும். சிலர் இரண்டு கைகளையும் தூக்குவார்கள். அவர்கள் நிலைமை அப்படி!

‘அட! என்ன இது. பங்குச்சந்தை (சென்செக்ஸ்) இந்தியச் சரித்திரத்தில் இல்லாத அளவாக சுமார் 3,000 புள்ளிகளில் இருந்து 21,000 புள்ளிகள் வரை போனது. தொடர்ந்து 2003 முதல் 2007 இறுதி வரை உயர்வு கண்ட பங்குச்சந்தையில், வியாபாரம் செய்யும் இவ்வளவு நபர்களுக்கு நட்டமா?’ என்கிற ஆச்சரியம்தான் வரும்.

இந்த கூட்டத்தின் மூலம் நீங்கள் எவற்றைத் தெரிந்துகொள்ள விரும்புகிறீர்கள் என்று ஒரு Open ended கேள்வியைக் கேட்பேன். அவர்களும், மறுநாள் பங்குச்சந்தை என்ன ஆகும், எந்தப் பங்குகளை வாங்கினால் உடனடியாக விலை உயரும் என்பது போலக் கேள்விகளைக் கேட்பார்கள். அது நகர்ப்புறமோ அல்லது எடப்பாடி, சீர்காழி போன்ற கிராமப்புறமோ, அவர்கள்

கேள்விகளில் சர்வ சாதாரணமாக, அமெரிக்கப் பங்குச்சந்தை குறியீட்டு எண்களான டவ் ஜோன்ஸ், நாஸ்டாக் போன்றவையும், யூ.எஸ். சப் பிரைம், கச்சா எண்ணெய், பணவீக்கம் போன்ற விவரங்களும் சரளமாக வந்து விழும். அவர்களிடம் தகவல் பற்றாக்குறை ஏதுமில்லை. ஆக, அவர்களுக்கு விவரம் போதாது என்றெல்லாம் சொல்லவே முடியாது. ஆனாலும் அவர்களில் பெரும்பாலானவர்கள் பணம் பண்ணவில்லை என்பதுதான் உண்மை.

முதல் ஒன்றிரண்டு நிகழ்ச்சியிலேயே காரணம் புரிந்து விட்டது. அதற்குப் பின்னால் வரலாம். அதற்கு முன்னால் நான் கேட்கும் இன்னொரு கேள்வியையும், பார்வையாளர்களின் அதற்கான பதிலையும் பார்த்துவிடலாம்.

'எத்தனை வருடங்களாகப் பங்குச்சந்தையில் இருக்கிறீர்கள்?' பலவிதமான பதில்கள் வரும். 'சரி, எத்தனை பேர் 2003-க்கு முன்பிருந்த பங்குச்சந்தையில் இருக்கிறீர்கள்?' அங்கொன்றும் இங்கொன்றுமாகச் சில கைகள்தான் உயரும். ஆக, பெரும் பாலானவர்கள், பங்குகள் பற்றித் தெரிந்துகொண்டு உள்ளே இறங்கியது 2003-க்குப் பிறகுதான்.

2000-மாவது ஆண்டு, இந்தியாவுக்கு சுபிட்சம் வர ஆரம்பித்து விட்ட நேரம். அதன்பின் பிறந்து வளர்ந்த குழந்தைகள், சுலபமாகிவிட்ட வாழ்க்கை, மொபைல் ஃபோன், லேப்டாப், வாக்மேன் போன்ற எலக்ட்ரானிக் பொருள்களுடன் பழகிவிட்டவர்கள். பத்தடி கூட நடக்க சலித்துக் கொள்பவர்கள் சைக்கிள் மிதித்திராதவர்கள். எல்லாம் மோட்டார் வாகனங்கள்தான்.

2003-க்குப் பிறகு பங்குச்சந்தைக்கு வந்தவர்களும் அப்படி சிரமம் பார்த்திராத சொகுசு வாழ்க்கை வாழும் பிள்ளைகளுக்கு ஒப்பானவர்களே. 2003-க்கு பிறகு பங்குச்சந்தைக்குள் வந்த முதலீட்டாளர்கள் எவரும், தொடரும் மிகப்பெரிய இறக்கங் களையோ, பொறுமையை சோதிக்கும் ஆண்டுக் கணக்கில் நீடிக்கும் இறங்கு நிலைகளையோ அனுபவித்தவர்களில்லை.

வார்த்தையை கவனித்திருக்கலாம். அவர்களுக்குத் தெரியாது என்று சொல்லவில்லை. அவர்கள் அனுபவித்ததில்லை என்கிறோம். கேள்விப்படுவது, படிப்பது வேறு. உணர்வது,

அனுபவிப்பது என்பவை வேறு. அது கற்றுக் கொடுக்கும் பாடங்களின் வலுவே தனி.

2003 மே மாதம் தொடங்கியது ஏறுமுகம். 2004-ல் ஒருமுறை (மே), 2005-ல் மற்றும் 2006 நவம்பரில் ஒருமுறை கொஞ்சம் தடுமாற்றம் வந்தது. 2007-லும் சில அதிர்ச்சிகள் கொடுக்கப் பட்டன. ஆனாலும் 2008 ஜனவரி வரை எல்லாம் ஏறுமுகமாகத் தான் இருந்தது.

அதுதான் பிரச்னை.

ஓர் ஊரில் பங்குச்சந்தை கூட்டம். சிறிய ஊர்தான். ஒரு கல்யாண மண்டபத்தில் ஏற்பாடுகள் செய்திருந்தார்கள். நல்ல கூட்டம். அது 2007-ல், பங்குச்சந்தை தகதகத்துக் கொண்டிருந்த நேரம். 'இனி எல்லாம் சுகமே..' என்று பாடாத குறைதான்.

பங்குச்சந்தை என்றால் என்ன, தற்போதைய நிலை என்ன போன்றவற்றைப் பற்றி பேசி முடித்து, இறுதியாக கேள்வி நேரத்துக்கு வந்தோம். ஒன்றிரண்டு கேள்விகள், பங்குச்சந்தைக் குறியீட்டு எண் எவ்வளவுக்குப் போகும் என்பது போலவே இருந்தன.

பிறகு ஒருவர் எழுந்து நின்றார். வேட்டி சட்டை அணிந்திருந் தார். பெயர் சொல்லி, தான் விவசாயம் பார்ப்பதாகவும் சொன் னார். பின்பு அவருடைய கேள்வியைக் கேட்டார். 'பெட்ரோ நெட் LNG பங்கினைத் தொடர்ந்து வைத்துக் கொள்ளலாமா? அது எவ்வளவு வரை விலை போகும்?'

அப்போது பெட்ரோநெட் LNG பங்கு, எழுபது ரூபாயில் இருந்தது. 'நல்ல பங்குதான். வைத்திருக்கலாம்' என்றேன். அதன்பிறகு வேறு சிலரிடம் இருந்து ஒன்றிரண்டு கேள்விகள் வந்தன. மீண்டும் அந்த வேட்டிச் சட்டைக்காரரே எழுந்தார். கை மைக்கினை வாங்கினார். மீண்டும் பெட்ரோநெட் LNG பற்றியே கேட்டார். வேறுவிதமாகக் கேட்டாலும், அவர் உறுதி செய்து கொள்ள விரும்பியது, அதன் வருங்கால விலையைப் பற்றித் தான். பதில் சொன்னேன். துணைக் கேள்விகளையும் அதை ஒட்டியே கேட்டார்.

முன்னூறு பேர் இருக்கும் கூட்டத்தில் ஒருவருடைய கேள்விக்கே இவ்வளவு நேரம் ஆகிறதே என்று நினைத்து, 'சரி எவ்வளவு

பெட்ரோநெட் பங்குகள் வைத்திருக்கிறீர்கள்' என்று திருப்பிக் கேட்டேன்.

'நாற்பது.'

கூட்டத்தில் மெலிதாகச் சிரிப்பலை எழுந்தது. 'நாற்பது பங்குகள்தானே.'

சலசலப்பு அடங்குவதற்காக காத்திருந்துவிட்டு, பிறகு அவர் நிதானமாக சொன்னார்.

'நாற்பது லாட்.'

ஒரு 'லாட்' என்பது அப்போது 4,400 பங்குகள். அப்படியென்றால், அவர் வைத்திருந்தது மொத்தம் 1,76,000 பங்குகள்.

அதன் அளவு கொடுத்த மிரட்சியைவிட அதிகமான ஆச்சரியம் கொடுத்தது, அவர் அந்தப் பங்குகளை பியூச்சர்ஸில் வாங்கியிருந்ததுதான்.

அவருடைய படிப்பு, பொருளாதாரச் சூழ்நிலை, செய்யும் தொழில் போன்றவற்றுக்கு அதிகத் தொலைவில் இருக்கும், 'பியூச்சர்ஸ்' (F&O) வியாபாரத்தில் இறங்கியிருக்கிறார். அதுவும் மிகவும் ஆழமாக.

அந்தக் கூட்டம் முடிந்து, மேடையை விட்டு கீழே இறங்கிய பிறகு, என்னுடன் பேசுவதற்காக மற்றவர்களுடன் அவரும் அருகே வந்தார். 'வேண்டாம், பெட்ரோநெட் பங்கை விட்டு வெளியேறி விடுங்கள். F&O ஆபத்தான விளையாட்டு' என்றேன்.

அதன்பிறகு தொடர்ந்து பங்குச்சந்தையில் விலைகளைப் பார்க்கும்போதெல்லாம் அவர் முகமும் நினைவுக்கு வந்தது. அதன் பிறகு இரண்டுமுறை பங்குச்சந்தை பெரிய இறக்கங்கள் கண்டது. அவர் என்ன செய்தாரோ தெரியவில்லை.

இதுதான் இன்றைய சூழ்நிலை. பணம் பண்ண ஆர்வமாக இருப்பதில் தவறில்லை. பங்குச்சந்தையிலும் எவரும் இறங்கலாம். உரிமையிருக்கிறது. அதற்கான வாய்ப்புகள் சுலபமாக்கப் பட்டிருக்கின்றன. ஆனால் உடனுக்குடன், அதுவும் பெரியதாகப் பணம் பண்ண வேண்டும் என்கிற நினைப்போடு வருகிறவர்கள் பற்றித்தான் நமது கவலை.

அப்போதெல்லாம் மக்கள் தொலைக்காட்சியில் திங்கள்கிழமை தோறும் காலை 9 முதல் 10 வரை பங்குச்சந்தை பற்றிய நிகழ்ச்சி ஒளிபரப்பாகும். வளாகம் என்பது அந்த நிகழ்ச்சியின் பெயர். நேரலையாக நடத்தப்படும் நிகழ்ச்சி அது. அதில் நான் பலமுறை கலந்துகொண்டிருக்கிறேன்.

2007-ல் வந்த கேள்விகளில் பல, அந்தச் சமயத்தில் எல்.ஐ.சி அறிமுகப்படுத்தியிருந்த 'மார்க்கெட் பிளஸ்', 'மணி பிளஸ்' போன்ற சில திட்டங்கள் குறித்தும் இருக்கும். 'இவ்வளவு, இத்தனை வருடங்களில் இவ்வளவு ஆகுமென' பெரிய தொகை களைச் சொல்லுகிறார்களே! அவற்றை நம்பிப் பணம் போட லாமா?' என்று கேட்பார்கள்.

LIC பெரிய நிறுவனம். நேர்மையான நிறுவனம். திறமையான நிறுவனமும் கூட. அங்கே எனக்குப் பலரையும் பரிச்சயம் உண்டு. ஆனாலும் என்னால், 'அதற்கென்ன, தாராளமாகப் போடுங்கள். பணம் பெருகும்' என்று சொல்ல முடியவில்லை. நான் சொல்லவும் இல்லை.

பல குடும்பத் தலைவிகளும் கேட்பார்கள். ஒன்றிரண்டு நிகழ்ச்சி களுக்குப் பிறகு, திரும்பத் திரும்ப வந்த அந்த கேள்விக்கு நான் தயாரித்துக் கொண்ட ஒரு நிலையான பதில், 'அது சாத்தியம் தான். ஆனால் நிச்சயமில்லை.'

'கடந்த சில வருடங்களில் பங்குச்சந்தை, இப்படி இதே அளவு உயர்ந்திருக்கிறது. (அதேபோல) வரும் காலங்களிலும் வளரும். அப்போது, உங்கள் தொகை, இவ்வளவு ஆகியிருக்கும்.'

இதுதான் அந்த நிறுவனத்தின் திட்டமும் முகவர்களும் சொல் வதும். அவர்கள் சொல்வதில் ஓர் அனுமானம் இருக்கிறது. அந்த அனுமானம் (Assumption), பங்குச்சந்தை அப்போது இருந்தது போலவே எப்போதும் ஏறுமுகத்திலேயே இருக்கும் என்பது தான். அங்கேதான் வேறுபாடு வருகிறது. பங்குச்சந்தை அந்த வேகத்தில் வளரலாம். அதைவிட வேகமாகவும் வளரலாம். அல்லது வளராமல் குறையவும் குறையலாம்.

ஒரு நிறுவனம் மட்டுமல்ல, அரசாங்கத்தாலேயே கூட, பங்குச் சந்தை இப்படி இப்படி, இந்த இந்த நேரங்களில் இருக்கும் என்று சொல்ல முடியுமா?

முடியவே முடியாது. அது எவர் கட்டுப்பாட்டுக்கும் உட்பட்டது அல்ல. ஒரே நேரத்தில் உலகத்தின் பல்வேறு மூலைகளில் நிகழும் மாற்றங்கள் பலவற்றால் தாக்கம் பெறுவது பங்குச்சந்தை. அதனைச் சரியாக அனுமானிப்பது இயலாத செயல்.

பங்குச்சந்தையில் விலைகள் உயர்வு என்பது சாத்தியமே. ஆனால், 'குறிப்பிட்ட காலத்துக்குள்' என்பதுதான் நிச்சயமில்லை.

1980-களில் நான் பங்குச்சந்தையில் முதன்முதலாக நுழைந் திருந்த சமயம் அது. பத்மா டெக்ஸ், புல்லர் கேசிபி போன்ற சில பங்குகளை வாங்கி, லாபம் பார்த்திருந்தேன். என் தந்தையைப் பார்க்க சென்னை வந்தபோது, அவரிடம் எனக்குக் கிடைத்த லாபங்கள் பற்றி ஆர்வமாகப் பகிர்ந்துகொண்டேன். 'அப்பா, நான் பங்குச்சந்தையில் லாபம் பார்த்திருக்கிறேன். சில பங்கு களைத் தேர்வு செய்து சரியாக வாங்கி விற்றேன்' என்றேன் பெருமையாக.

அதற்கு அவர் சொன்ன பதில், மறக்க முடியாதது.

'இது பங்குச்சந்தை நன்றாக இருக்கிற நேரம். எந்தப் பங்குதான் விலை ஏறவில்லை?'

அதேதான் 2003-க்குப் பிறகு உள்ளே வந்தவர்களுக்கும். தொடர்ந்து ஏறுமுகமே பார்த்ததால், லாபம் வர, தங்களுக்குப் பங்குச்சந்தை வித்தை மிகச் சுலபமாக கை வந்துவிட்டதாக நம்பி, பெரிய அளவுகளில் இறங்கி, பின்னால் சிக்கிக் கொண்டு விட்டார்கள்.

இது ஒன்றும் மாற்ற முடியாததல்ல. பங்குச்சந்தையில் பணம் பண்ணலாம். அதற்கென்று சில வழிகள் இருக்கின்றன. அவற்றை முறையாக கடைபிடித்தால் போதும்.

நகை வியாபாரி ஒருவருடன் பேசிக்கொண்டிருந்தபோது அவர் பகிர்ந்து கொண்ட சில தகவல்கள் சுவாரசியமாக இருந்தது மட்டுமல்ல, மிகவும் பயனுள்ளதாகவும் தெரிந்தன.

அவர் பெயர் கண்ணன். ஒரு சிக்கல் காரணமாக பெரும் பணத்தினை அவரது வியாபாரத்தில் இழந்தவர். சென்னைக்குக் குடிபெயர்ந்தார். தினமும் ஸ்கூட்டர் எடுத்துக்கொண்டு, கையில் 1,000 ரூபாய் பணத்துடன் மண்ணடிக்குப் போய் வருவார். நகை

வியாபாரிகள் இருக்குமிடத்துக்குப் போய், நகைக் கடைகள் முன்பாக ஸ்கூட்டரை ஸ்டாண்ட் போட்டு நிறுத்தி, அதன் மீது உட்கார்ந்துகொள்வார். பழைய நகைகளை விற்பதற்காக அங்கிருக்கும் சேட்டு கடைகளுக்கு பலர் வருவார்கள்.

தொடர்ந்து போய்வர பேச்சுவார்த்தை ஆரம்பித்து, பல சேட்டுகளுடன் இவர் நட்பு ஏற்படுத்திக்கொண்டார். இவர் நகைக் கடை வைத்திருந்ததால், சேட்டுக்கள் இவரிடம், விலைக்கு வருகிற நகைகள் என்ன மதிப்பு பெறும் என்று ஒரு மதிப்பு கேட்டுக் கொள்வார்கள்.

சில நாட்களிலேயே, விற்க வருபவர்களிடமிருந்து இவர் சிறிய நகைகளை வாங்க ஆரம்பித்தார். வாங்கியதும் உடனே உடைத்து, பிரித்து, தங்கத்தை அங்கேயே கடைகளில் கொடுத்து உருக்கிப் பணம் பார்ப்பார். சிறிய லாபங்கள் கிடைக்கும். அதுதான் அவருடைய வருமானம். இப்போது அவர் நல்ல நிலையில் இருக்கிறார்.

நமக்கு அவர் அல்ல தகவல். அவர் சொன்னதுதான் தகவல். அவர் மண்ணடியில் இருந்தபோது கவனித்தது பற்றிய தகவல்.

சேட்டுகள் பேசிக்கொண்டிருப்பார்கள். மசாலா பால் குடிப்பார்கள். சும்மா இருப்பார்கள். என்ன இது, ஒரு வியாபாரமும் இல்லாமல் மந்தமாக இருக்கிறதே என்று கண்ணனுக்கு தோன்றும்.

ஆனால் அவர்கள், வெகு கவனமாகத்தான் இருப்பார்கள். வருகிற வாய்ப்புகளை எல்லாம் சலனமில்லாமல் பார்த்துக் கொண்டிருப்பார்கள். திடீரென ஒரு செழுமையான வியாபார வாய்ப்பு வர, அதை பிடித்துகொண்டுவிடுவார்கள். அதை முடித்துவிட்டு, மீண்டும் ஓடுமீன் ஓட... உறுமீன் வருவதற்காக, அமைதியாகக் காத்துக்கொண்டிருப்பார்கள். சேட்டுகளா, கொக்கா!

செய்தி என்ன? அடிக்கடி செய்தால்தான் லாபம் என்பதில்லை. சரியாகச் செய்வதில்தான் லாபம். இந்தச் செய்தி, நகை வியாபாரிகளுக்கு மட்டுமல்ல. பங்குச்சந்தையில் வியாபாரம் செய்பவர்களுக்கும் பொருந்தும்.

Lot of activities, few accomplishments என்று சொல்வார்கள். ஏகப்பட்ட செயல்பாடுகள், மிகக் குறைவான சாதனைகள். அதேதான் பங்குச்சந்தையிலும் பலர் செய்யும் தவறு. வாங்கு

வது, விற்பது. மீண்டும் வாங்குவது. அதையே வாங்குவது, விற்பது. பலவற்றையும் வாங்குவது. வாங்குவதற்கும் அவசரம், விற்பதற்கும் அவசரம். தரகர்கள் தரும் காண்டிராக்ட் பேப்பர்களும் மாதாந்திர ஸ்டேட்மெண்டுகளும்தான் குவியும். இந்த முறையில் பணம் குவியாது. கரையும்.

டிரேட் (அடிக்கடி வாங்கி விற்று, விற்று வாங்கி) செய்து பெருத்த லாபம் பார்த்தேன் என்று எவ்வளவு பேரால் சொல்ல முடியும்? விரல்விட்டு எண்ணிவிடலாம். Shaving with Sword என்பார்கள். வாளை வைத்து சவரம் செய்து கொள்வது. வாள், எவ்வளவு நீளம், எவ்வளவு கூர்மை! அதன் பயன்பாடுதான் எவ்வளவு பெரியது? கேவலம் முகச் சவரம் செய்யவா வாளைப் பயன்படுத்துவது! அது முகத்துக்கும் கேடு, வாளுக்கும் அசிங்கம்.

டிரேடிங் கூடாது என்பதல்ல. டிரேடிங்குடன் நின்று விடுவது, டிரேடிங் மட்டுமே செய்வது, மிக அதிகமாக டிரேடிங் செய்வது - இவைதான் பிரச்னைகள். பலரும் பங்குச்சந்தையில் ஓட்டைப் பானையில் தண்ணீர் பிடிப்பதுபோல, பணம் 'பண்ணி'க் கொண்டிருப்பதற்குக் காரணம் இதுதான். நிறைவது கடினம்.

பங்குச்சந்தையின் குணாதிசயம் பற்றி குறிப்பிடும்போது, 'பங்குச்சந்தை என்பது அடிக்கடி ஏதாவது செய்யும் நபர்களிடம் இருந்து, பொறுமை காக்கக் கூடியவர்களிடம் செல்வத்தை நகர்த்தும் ஏற்பாடு' என்று சொல்வார்கள்.

தென்மாவட்டத்தில் இருக்கும் சிறிய ஊர் ஒன்றிலிருந்து மருத்துவர் ஒருவர் தொடர்புகொண்டார். அவர் என்ன செய்கிறாராம் தெரியுமா? ஆன்லைன் மூலம் பங்கு வர்த்தகம். தினசரி அரவிந்த் மில்ஸ் வாங்கி விற்பாராம். பங்கு ஒன்றுக்கு 10 பைசா லாபம் கிடைத்தாலும் போதுமாம். காரணம் அவர் வாங்குவதும் விற்பதும் ஆயிரங்களில்.

'எல்லா நாளும் லாபம் கிடைக்குமா?' என்றேன். அவர் கையாளும் வழிமுறையை சொன்னாரே பார்க்கலாம். அவர் கணக்கு வைத்திருக்கும் தரகு நிறுவனம் ஒவ்வொரு தினமும் எந்தப் பங்குகளை வாங்கலாம் என்று குறுஞ்செய்தி (SMS) அனுப்புமாம்.

'அதை வாங்குவீர்களாக்கும்?'

‘இல்லை சார். அதை விற்று வைப்பேன். ஷார்ட் போவேன்.’

‘அப்படியா? அவ்வளவு மோசமான தகவலாகவா இருக்கும்!’

‘இல்லை, இல்லை. அவர்கள் சொல்லியது போல சில பங்குகள் ஏறும்தான். ஆனால் ஒன்றிரண்டு மணி நேரங்களில் விலைகள் மீண்டும் இறங்கிவிடும். அதனால் விலையேறிய பிறகு சரியாக (வாங்கச் சொல்லி பரிந்துரைக்கப்பட்டதை) விற்றுவிடுவேன் (வாங்காமலேயே- ஷார்ட் முறையில்). பின்பு விலை இறங்கும். அப்போது வாங்கிவிடுவேன். தொடர்ந்து லாபம் பார்கிறேன்.’

‘வாழ்க!’ என்றேன்.

பேசிப் பார்த்தால், இப்படி ஏகப்பட்ட முறைகளை மக்கள் கையாளுவது தெரிய வரும். எவ்வளவு முறைகள் சரியாக வருகின்றன என்று சொல்ல முடியாது.

காலையில் எழுந்தது முதலே இதே நினைப்பாக இருப்பவர்கள், அமெரிக்கப் பங்குச்சந்தைகள், ஆசியப் பங்குச்சந்தைகளைக் கவனிப்பவர்கள், சிங்கப்பூர் ‘நிப்டி’யை பார்ப்பவர்கள் இணைய தளத்தில் தகவல் துழாவி எடுப்பவர்கள், குறுஞ்செய்தி பெறுபவர்கள், தொலைக்காட்சிகளில் கொடுக்கப்படும் பரிந்துரைகளைப் பார்ப்பவர்கள்.

எல்லோருமாக, காலை 9.55 மணிக்கு ஆஜர். மாலை 3.30 வரை பங்குச்சந்தையுடன் ஓடுவார்கள். ‘வாங்கு’, ‘விற்றுவிடு’, ‘ஷார்ட் போ’, ‘கட் பண்ணு’, ‘ஸ்டாப் லாஸ் போடு.’

எவ்வளவு கவனம், உழைப்பு, சுறுசுறுப்பு! வேலை என்று பார்த்தால் எல்லாம் பிரமாதம்தான். ஆனால் அவர்கள் பெறும் பலன்தான் சொற்பமாக இருக்கும். தேவையா?

ஏன் இந்த விளையாட்டு?

உழுதவன் கணக்கு பார்த்தால் மட்டுமில்லை, டிரேட் செய்தவர்கள் கணக்கு பார்த்தாலும் ஏதும் மிஞ்சாது. கை காலோடு கொஞ்சம் (தலைவலி தரும்) கணக்குகள்தான் மீதமாயிருக்கும். சிலருக்கு, கடன்கள் காரணமாக வீட்டிலும் வெளியிலும் தலைகுனிவும் வரும்.

★

செல்வம் சேர்ப்பதுதான் பங்குகள் வாங்குவதன் பிரதான நோக்கமாக இருக்க முடியும். இருக்கவேண்டும். அதைச் சரியாகச் செய்யவேண்டும்.

கார், ஸ்கூட்டர், மோட்டார் சைக்கிள்கள் போன்றவற்றின் பிரதானப் பயன்பாடு என்ன? போக்குவரத்துக்குப் பயன்படுவது தானே. ஓரிடத்தில் இருந்து இன்னோர் இடத்துக்குப் போவதற்குப் பயன்படாத வண்டி, என்ன வண்டி? அது இருந்தென்ன, இல்லாமல் போயென்ன? பங்குகளும் நமக்குப் பணம் சேர்த்துத் தரவேண்டும். இல்லாவிட்டால் பங்கு சந்தையால் நமக்கு என்ன பயன்?

தங்க நகை வாங்குகிறோம். விற்பதில்லை. பயன்படுத்துகிறோம். தங்கம் பற்றித் தெரியும். அதனால் அவற்றின் விலை மாற்றங்களை பெரிதாகப் பொருட்படுத்தி, அதன் காரணமாக மேலும் வாங்குவதோ, இருப்பதை விற்பதோ இல்லை. வாங்கிய நகைகளை பணத்தேவை வந்தால் தவிர விற்பதில்லை. இல்லையா?

வீடு வாங்குகிறோம். அடிக்கடியா விற்று விற்று வாங்குகிறோம்? வாங்கினால் வைத்துக் கொள்கிறோம். கணிசமான விலை யேற்றங்கள் வந்தால், அதுவும் அதன்பிறகு விலை கணிசமாக விலை இறங்கி விடும் என்று நிச்சயமாகத் தெரிந்தால் மட்டுமே விற்கிறோம்.

ஆனால் பங்குகளை பலர் அப்படி வைத்துக்கொள்வதில்லை. பங்கு என்றாலே உடனுக்குடன் வாங்கி விற்பது என்கிற கண்ணோட்டத்திலேயே இருக்கிறார்கள்.

பயன்பாட்டினை ஆங்கிலத்தில் Use (யூஸ்) என்பார்கள். உடன் வரும் சொற்கள், Misuse மற்றும் Abuse.

மிஸ்யூஸ் என்றால் தவறாகப் பயன்படுத்துதல். அப்யூஸ் என்றால், அதனைக் கேவலப்படுத்துதல். வாள் கொண்டு சவரம் செய்தல். வாங்கலாம் விற்கலாம், டிமேட் கணக்குகள், எல்லாம் மின்னணு முறையில் பரிவர்த்தனை. அன்றே கூட விற்கலாம். கையில் இருக்கும் காசைப் போல ஐந்து ஆறு மடங்குகளுக்குக் கூட வாங்கலாம். இல்லாமலேயே விற்று வைக்கலாம். பிறகு வாங்கி நேர் செய்து கொள்ளலாம். இதுபோன்ற வசதிகள் இருப்பது உண்மைதான். அதற்காக, அவற்றை எவ்வளவு தூரம்

பயன்படுத்தலாம் அல்லது துஷ்பிரயோகம் செய்யலாம்? ஓர் அளவு வேண்டாமா!

பங்குகள் என்பதும் வியாபார வாய்ப்புகளே

உங்களாலும் என்னாலும் ஒரு இன்போசிஸ் போன்ற ஐடி நிறுவனத்தை உருவாக்க முடியுமா? ஒரு ரிலையன்ஸ் போன்ற பெட்ரோகெமிக்கல் நிறுவனத்தை எழுப்பிவிட முடியுமா? ரேன்பாக்ஸி, இந்தியா சிமெண்ட்ஸ், அரவிந்த் மில், டி.வி.எஸ். மோட்டார், கார்போரண்டம் போன்ற நிறுவனங்களை யோசித்து, உருவாக்கி, நடத்த முடியுமா?

எல்லோராலும் அப்படிச் செய்ய முடியாது. வசதி, வாய்ப்பு, திறமை, நேரம் என்று தேவைப்படுவது எவ்வளவோ இருக்கிறது. ஆனால் நம்மால் அந்த நிறுவனங்களின் பங்குதாரர் ஆகிவிட முடியும். மேலே பார்த்த எதையுமே செய்யாமலேயே. நாராயண மூர்த்தியும் அவர் நண்பர்களும் சேர்ந்து போட்ட சில ஆயிரம் ரூபாய் பணம் இன்றைய மதிப்பில் பல கோடி ரூபாய்கள். அவர்கள் வாழ்க்கை முழுக்க அந்த நிறுவனம்தான். அதன் வெற்றி, தோல்விகள்தான். அவர்களின் சிந்தனை முழுக்க அதிலேதான்.

அப்படியெல்லாம் செய்யாமலேயே, நாமும் அந்த நிறுவனத்தின் பங்குதாரர் ஆகிவிடலாம். பங்குச்சந்தை அப்படிப்பட்ட வாய்ப்பினைத் தருகிறது. முகேஷ் அம்பானி தலைமையில் இயங்கும் ரிலையன்ஸ் இண்டஸ்ட்ரீஸ் 2007-08-ல் மட்டும் ரூ. 15,000 கோடி நிகர லாபம் ஈட்டியுள்ளது. (ஆமாம், ஓர் ஆண்டின் நிகர லாபம் மட்டுமே பதினைந்தாயிரம் கோடி ரூபாய்!)

அந்நிறுவனம், 130% தொகையை 'டிவிடெண்ட்'ஆக அறிவிக்கிறது. யாருக்கெல்லாம் டிவிடெண்ட் கிடைக்கும்? பங்கு வைத்திருப்பவர்கள் அனைவருக்கும்தான். அவர்தான் உருவாக்கினார், உழைக்கிறார் என்பதற்காக, அம்பானிக்குக் கூடுதல் சதவிகிதம் கிடையாது. அம்பலவாணனுக்கும் அதுதான், அந்தோணிக்கும் அதுதான். எவ்வளவு பங்கு வைத்திருந்தாலும் பங்கு ஒன்றுக்கு ஒரே அளவு சதவிகிதம்தான்.

L & T நிறுவனம், 2008-ல், ஒன்று வைத்திருப்பவர்களுக்கு ஒன்று என்று போனஸ் பங்குகள் அறிவிக்கிறது. யாருக்கெல்லாம் கிடைக்கும்? நிர்வாக இயக்குநர் நாயக்குக்கு மட்டுமா? பங்கு

வைத்திருக்கிற அனைவருக்குமே, அதே 1:1 விகிதம்தான். வித்தியாசம் கிடையாது.

நல்ல நிறுவனங்களின் பங்குகளை வாங்கிவிட்டு, நம் போக்கில் நம் வேலையை, தொழிலைப் பார்க்கலாம். நாராயண மூர்த்தி (இன்போசிஸ்), ராமதுரை (டிசிஎஸ்), முகேஷ் அம்பானி (RIL), அனில் அம்பானி (R.Com), கிரன் மஜூம்தார் (பயோகான்), கலாநிதி மாறன் (சன் டிவி) போன்றவர்கள் கம்பெனிகளைத் திறம்பட நடத்தி, லாபம் சம்பாதித்து, நமக்கு, நாம் வைத்திருக்கும் பங்கு அளவுக்கு ஏற்ப, டிவிடெண்ட் கொடுப்பார்கள்.

2007-ல் மட்டும் டாலர் மதிப்பு 13 சதவிகிதம் சரிந்தது. டாலரில் வருமானம் ஈட்டும் இன்போசிஸ், டிசிஎஸ், விப்ரோ போன்ற ஐடி நிறுவனங்கள் தடுமாறின. அந்த நிறுவனங்களின் பங்குகளை வைத்திருந்தவர்கள், 'என்ன இப்படி ஆகிவிட்டதே' என்று யோசித்ததுடன் சரி. ஆனால் நிறுவனத்தின் நிர்வாகிகள் விடுவார்களா?

அவர்களைப் பொருத்தவரை, அது வாழ்வா, தாழ்வா போராட்டம். முயன்று, டாலர் அல்லாத தேசங்களுக்கு (யூரோ) வியாபாரங்களை அதிகரித்தார்கள். வேலையாட்களைக் குறைத்தார்கள். உற்பத்தித் திறனை அதிகப்படுத்தினார்கள். என்னென்னவோ செய்து மீண்டும் லாபம் காட்டினார்கள். அப்படிப்பட்ட பங்குகள் விலைக்கு கிடைக்கும். எவரும் வாங்கி வைத்துக்கொள்ளலாம். இதுதான் பங்குச்சந்தை கொடுக்கிற வாய்ப்பு.

ஒவ்வொரு நேரம், ஒவ்வொரு தொழில் சிறப்பாக நடக்கும். அதில் லாபம் கொட்டும். நம் ஒவ்வொருவராலும் உடனே அந்தத் தொழிலைத் தொடங்க முடியுமா? தொடங்கினாலும் உடனே லாபம் பார்த்துவிட முடியுமா? சில காலம் சர்க்கரை, பல வருடங்களுக்கு தகவல் தொழில்நுட்பம், பின்பு சிமெண்ட், அதன்பின் எரிசக்தித் துறை என்று ஒவ்வொரு காலகட்டத்தில் ஒவ்வொரு துறை சிறப்பாக லாபம் தரும்.

'இருக்கிறவனுக்கு ஒரு வீடு... இல்லாதவனுக்கு ஊரெல்லாம் வீடு' என்ற பழமொழி மாதிரி, எந்தத் தொழிலையும் தொடங்காமல், நம் பாட்டுக்கு அரசு வேலையோ, தனியார் நிறுவனத்தில் சேல்ஸ்மேன் பணியோ செய்துகொண்டு, பிற நிறுவனங்கள் பெறும் லாபங்களில் பங்கு பெறலாம்.

இதுதான் பங்குச்சந்தையை அணுக வேண்டிய முறை. நட்டம் பார்க்காமல் லாபம் மட்டுமே பார்ப்பதற்கான நிச்சய வழி இதுதான். முதலீடு செய்வது. நல்ல தேர்ந்த நிறுவனங்களில் நம் பணத்தை கணிசமான காலத்துக்குப் போட்டு வைப்பது. இதுதான் ரகசியம்.

அதைத்தான் விரிவாகப் பார்க்கப் போகிறோம். அதுதான் அள்ள அள்ளப் பணம்-4.

★

சிலர் மிகத் திறமையானவர்கள். மிகப் பெரியதாக முன்னேறி விடுவது என்கிற உறுதியுடன் இருப்பவர்கள். குறிப்பிட்ட ஏதோ ஒன்றைத் தொடங்கி, வளர்த்து, அதனை மிகப் பெரிய வியாபார மாக்கிவிடுவது என்கிற தீர்மானத்துடன் இருப்பவர்கள்.

அப்படிப்பட்டவர்தான் ஜாம்ஷெட்ஜி நுசர்வான்ஜி டாடா. அவர் போட்ட வீரியமிக்க விதைதான், இன்றைய டாடா குழுமம். டாடா ஸ்டீல், டாடா மோட்டார், டாடா கன்சல்டன்சி, டாடா கெமிக்கல்ஸ், டாடா டீ என்று பல கிளைகள் விட்டுப் படர்ந்து ஒவ்வொன்றும் ஓர் மிகப்பெரிய மரமாக உயர்ந்தும் பரந்தும் நிற்கிறது.

சாதாரண மத்தியதர குடும்பத்தில் இருந்து வேலை தேடி, ஏமன் நாட்டுக்குப் போய், ஒரு பெட்ரோல் பங்கில் வேலை பார்த்த போதே, சொந்த ரிஃபைனரி தொடங்கும் கனவுடன் இருந்தவர் திருபாய் அம்பானி.

பூனாவில், பட்னி கம்ப்யூட்டர் நிறுவனத்தில் செய்துகொண்டு இருந்த வேலையை விட்டுவிட்டு, நண்பர்களுடன் சேர்ந்து நாராயண மூர்த்தி தொடங்கிய நிறுவனம்தான் இன்ஃபோசிஸ்.

நம்மாலும் முடியும். நாமே தொழில் தொடங்கி, அதனைப் பல உயரங்களுக்குக் கொண்டுசெல்ல முடியும்தான். ஆனால்...

எல்லோரும் திருபாய் அல்ல. எல்லோரும் ஆப்பிள் கம்ப்யூட்டர் தொடங்கிய ஸ்டீவ் ஜாப்ஸ் இல்லை. கூகுள் உருவாக்கிய லாரி பேஜ் இல்லை.

வேலைக்குப் போகிறோம். அல்லது நம்மளவில் உள்ளூரில் ஒரு வியாபாரம் செய்கிறோம். மகிழ்ச்சியாகவே இருக்கிறோம்.

அதில் ஒன்றும் தவறில்லை. அதற்காக நாம் வேறு ஒன்றுமே செய்யக் கூடாதா என்ன? செய்தால் மாபெரும் நிறுவனம், மிகப்பெரிய லாபம். இல்லாவிட்டால், வங்கிகள் தரும் சொற்ப வட்டி. இதுதானா? முதலீட்டிற்கு இந்த இரண்டே வாய்ப்புகள் தானா?

மூன்றாவதாக உள்ள வாய்ப்புதான், பங்குகளில் முதலீடு. நமது வேலையை, தொழிலை, வியாபாரத்தை விடவும் வேண்டாம். பிரமாதமாக நடக்கும் தொழில் வியாபாரங்களில் கிடைக்கும் பலன்களையும் தவறவிட வேண்டாம். கோன் ஐஸ் சாப்பிடலாம். மீசையில் படாமலேயே.

குறைவான ரிஸ்க்

அசிம் பிரேம்ஜிக்கு விப்ரோ நிறுவனம்தான், பிரதான வேலை. முகேஷுக்கு ரிலையன்ஸ். அவர்கள் இருக்கும் தொழில்களுக்கு அரசியல், சமூக, பொருளாதார மாற்றங்களால் பிரச்னைகள் வரலாம். தொழில்நுட்ப முன்னேற்றங்களால், மாற்றுப் பயன் பாட்டுப் பொருள் கண்டுபிடிப்புகளால் சிரமம் உண்டாகலாம். அவர்களுக்கு அந்த ரிஸ்க் இருக்கிறது.

அவர்கள் கட்டடம் கட்டி, கடை வைத்திருப்பவர்கள். கடை வைத்திருக்கும் சாலையை திடீரென 'ஒரு வழிப் பாதை' ஆக்கி விடுவார்கள். அல்லது பிரமாதமாக வியாபாரம் ஆகிக்கொண் டிருக்கும் கடைக்கு முன்னால், இடத்தை அடைப்பதுபோல பெரிய மேம்பாலம் கட்டுவார்கள். வியாபாரம் என்ன ஆகும்? ரிஸ்க் இருக்கிறது.

அதே சமயம் நடைபாதை வியாபாரிகளின் நிலை என்ன? எப்போது வேண்டுமானாலும், மூடி, சுருட்டி எடுத்துக்கொண்டு, கடையோடு இடம் பெயர்ந்து விடலாம். சிரமம்தான். ஆனால் ரிஸ்க் குறைவு.

பங்குகளில் முதலீடு செய்வோரும் அப்படித்தான். எப்போது வேண்டுமானாலும் வெளியேறலாம். தொடர்ந்து இருக்கலாம். தடை ஏதும் இல்லை. கிளம்பியும் போய்விடலாம், சுமை ஏதும் இல்லை. பங்குகள் வாங்கலாம். எவ்வளவு வருடங்கள் வேண்டு மானாலும் வைத்திருக்கலாம். நிறுவனத்தின் வியாபார, லாப வாய்ப்புகள் குறைகிறதா? பிரகாசம் மங்குகிறதா? வெளியேறி விடலாம்.

போகலாம், வரலாம்

ஒருவர் நடைபாதைக் கடையை இடம்பெயர்த்து வேறு இடத்துக்குப் போய்விட்டால், மீண்டும் பழைய இடத்துக்கே வரமுடியாமல் போகலாம். அதற்குள் வேறு ஒருவர் அங்கே கடை விரித்திருக்கலாம். ஆனால் பங்குகளில் அந்த வாய்ப்பு தொடர்ந்து இருக்கும். லட்சக்கணக்கில் பங்குகள் இருப்பதால், மீண்டும் வேண்டும்போதும் பங்குகள் கிடைக்கும்.

11 ஏப்ரல் 2008 இன்ஃபோசிஸ் நிறுவனம் அதன் 2007-08 இறுதிக் காலாண்டு கணக்கு விவரங்களை வெளியிட்டது. அதற்கு ஒன்றிரண்டு நாட்கள் முன்புவரை ஒரு இன்ஃபோசிஸ் பங்கின் விலை ரூ.1,300.

அமெரிக்கப் பொருளாதாரச் சுணக்கம், டாலர் மதிப்பு வீழ்ச்சி போன்ற காரணங்களால், தனி நபர்கள் மட்டுமல்ல, பல பெரிய பரஸ்பர நிதிகளும், FII-க்களுமே, இன்ஃபோசிஸ் நிறுவனப் பங்குகளை விற்றுக்கொண்டிருந்தார்கள். அதாவது, நடை பாதைக் கடைக்காரர்கள் நகர்ந்து போனார்கள்.

ஆனால் அடுத்த காலாண்டு முடிவுகள், அந்நிறுவனம் மீண்டும் சிறப்பாகச் செயல்படுவதை உறுதி செய்ய, மடமடவென மீண்டும் வாங்கத் தொடங்கினார்கள். ஜூன் 2008, பங்குச் சந்தையே தள்ளாடிக் கொண்டிருந்த நிலையிலும் இன் ஃபோசிஸ் நிறுவனப் பங்குகள் ரூ.1,900 விலை போயின.

சிறுசேமிப்பு

மொத்தமாகப் பணம் போடவேண்டிய அவசியமில்லை. வெறும் நாற்பது ரூபாய் இருந்தால்கூடப் போதும். ஒரு அசோக் லேலண்ட் பங்கு வாங்கிவிடலாம். அதன்பிறகு பல்லவனோ அல்லது வேறு எந்தப் பேருந்திலோ ஏறிப்போகும்போது, 'இது என் நிறுவனம் உற்பத்தி செய்த பஸ்ஸாக்கும்' என்று தாராளமாக நினைக்கலாம். அது உண்மைதானே!

ஒன்று, இரண்டு, ஐந்து, பத்து, நூறு, ஆயிரம், லட்சம் என்று எந்த எண்ணிக்கையிலும் பங்குகள் வாங்கலாம். ஒரு பங்கு என்றாலும் உரிமை உரிமைதான். அது எண்ணிக்கை சார்ந்தது அல்ல. 'எல்லோரும் ஓர் குலம், எல்லோரும் ஓர் நிறை' என்பது போல.

வாரம் ஒரு பங்கு வாங்கலாம். மாதம் ஒரு குறிப்பிட்ட தொகைக்குச் சில பங்குகள் வாங்கலாம். நமக்குக் கணிசமாகப் பணம் வரும்போது மட்டும் பெரிய அளவில் முதலீடு செய்ய லாம். எப்படி வேண்டுமானாலும், எப்போது வேண்டுமானாலும் நிறுவனங்களுக்குள் பங்குதாரராக நுழையலாம். அனுமதி உண்டு. 'ஈராக் மீது அமெரிக்கா தாக்குதல் - பங்குச்சந்தை வீழ்ச்சி' என்கிற செய்தியா? அவசரமாகப் பங்குகள் வாங்கலாம். 'கச்சா எண் ணெய் ஒரே நாளில் 11 டாலர் விலை உயர்வு, பங்குச்சந்தை சரிவு' என்கிற தகவலா, இன்னொரு சுற்று வாங்கலாம்.

நேரடி வியாபாரத்தில் இல்லாத வசதிகள் பங்குச்சந்தையில் உண்டு. நிறுவனங்களின் வியாபார வாய்ப்பிலோ, லாப சாத்தியங் களிலோ மாறுதல் இருக்காது. ஆனால், மற்ற முதலீட்டாளர்கள் விற்பார்கள். நாம் வாங்கலாம்.

எப்போது வேண்டுமானாலும் வெளியேறலாம்

ஜிடிபி 9 சதவிகிதம்

தொழில் துறைக்கு சாதகமான பட்ஜெட்

S&P இந்தியாவின் ரேட்டிங்கை உயர்த்துகிறது

இப்படிப்பட்ட செய்திகளுக்காக பங்குச்சந்தை குதிக்கிறதா? பங்கு விலைகள் வேகமாக உயருகின்றனவா? மிக நல்ல விலைகளா? பணம் தேவைப்படுபவர்கள், தங்கள் முதலீட்டுப் பணத்தில் ஓரளவை, பங்குகளை விற்பதன் மூலம் திரும்ப எடுத்துக் கொண்டு விடலாம்.

பிள்ளைகள் திருமணம், கல்லூரிக் கட்டணம் கட்ட வேண்டும், அல்லது நல்ல ரியல் எஸ்டேட் குறைந்த விலைக்குக் கிடைக் கிறது. எந்தத் தேவையின்போதும், பங்குகளை விற்றுப் பணத்தைத் திரும்ப எடுக்கலாம். சொந்த வியாபாரங்களில் அது சாத்தியமில்லை. போட்ட முதலை தேவைக்கு திரும்ப எடுக்க முடியாது. தொழிலை பாதித்து விடும்.பேருந்தில் இருந்து இறங்கிக்கொள்கிறோம். கொஞ்ச நேரம் கழித்து அதே திசையில் செல்லும் அடுத்த பஸ்ஸில் ஏறிக்கொள்ளலாம்.

தேர்ந்து செய்யலாம்

எரிசக்தி (Energy) துறை நன்றாக இருக்கிறது. அந்தத் துறையில் பல நிறுவனங்கள் செயல்படுகின்றன. BHEL, ABB, அல்ஸ்தாம்,

சீமென்ஸ் போன்ற நிறுவனங்கள் உற்பத்திச் சாதனங்கள் செய்கின்றன. நெய்வேலி, லிக்னைட், NTPC, ரிலையன்ஸ் எனர்ஜி போன்ற நிறுவனங்கள் மின்சார உற்பத்தி செய்கின்றன. Voltams, ஆல்பா டிரான்ஸ்ஃபார்மர் போன்ற நிறுவனங்கள் டிரான்ஸ்பார்மர்கள் தயாரிக்கின்றன. PTC போன்ற நிறுவனங் கள், மின்சாரத்தை வாங்கி விநியோகம் செய்கின்றன.

இந்த நிறுவனங்களின் எவற்றுக்கு லாபம் அதிகம்? தேர்வு செய்யலாம்.

இனி எந்தத் துறைகள் சில வருடங்களுக்காவது பிரகாச மாக இருக்கும்?

எந்தத் துறைகளில் லாபம் குறைகிறது?

எந்த நிறுவனங்கள் திறமையான நிர்வாகம் கொண்டவை?

எந்த நிறுவனங்கள் நேர்மையான நிர்வாகம் உள்ளவை?

தேர்வு செய்து முதலீடு செய்யலாம். நிலைமை மாறும்போது நாமும் முதலீட்டை மாற்றலாம்.

அலைச்சல் குறைவு

சொந்த நிறுவனம் நடத்துபவர்கள், சொந்த வாழ்க்கை வாழ்வது குறைவாக இருக்கும். ஒரு தொழிலை ஆரம்பித்து, நிலை நிறுத்துவதென்றால் அதற்கு எவ்வளவு செய்யவேண்டும்!

நிறுவனங்களை பங்குகளாக வாங்கி வைத்திருப்பவர்களின் அலைச்சல் எவ்வளவு? இணையத்தளத்தில் தேடினால் கொட்டிக் கிடக்கின்றன தகவல்கள். போதாததற்கு ஊடகங்கள், பத்திரிகை கள் மற்றும் வல்லுனர்களின் கூற்றுகள்.

இருக்கும் இடத்தில் இருந்துகொண்டு அலசி ஆராயலாம். முடிவுகள் எடுக்கலாம்.

வரி மிச்சங்கள்

நிறுவனங்களின் டிவிடெண்ட் வருமானத்துக்கு என்று சிறப்பாக அரசு கொடுக்கும் நூறு சதவிகித வரிவிலக்கை விடுவானேன்?

தவிர சொத்துகள் வாங்கி விற்றால் கட்ட வேண்டிய கேப்பிடல் கெயின்ஸ் வரியிலும், பங்குகளுக்குச் சலுகைதான். ஓராண்டு வைத்திருந்துவிட்டு விற்கப்படும் பங்குகளின் லாபத்துக்கு வரியே கிடையாது. ஓராண்டுக்குள் விற்றுக் கிடைக்கும் லாபத்

துக்கு 15% மட்டுமே வரி. ஆனால் நாமே தொழில் அல்லது வியாபாரம் செய்து லாபம் பார்த்தால், வரி உண்டு. கூடுதலாக வும் இருக்கும்.

வெள்ளத்தால் போகாது

வெள்ளத்தில் போகாது, வெந்தணலில் வேகாது, கள்வராலும் கவர முடியாது என்று ஔவையார் பாடியது கல்வியைப் பற்றித் தான். ஆனால் அதிசயமாக அவை அப்படியே இப்போதைய டிமேட் கணக்குகளுக்கும் பொருந்துகின்றன. ஆயிரம் கோடி ரூபாய்களுக்கான பங்குகளை மின்னணு முறையில், டிமேட் கணக்கில் வைத்துக்கொள்ள முடியும். திருட்டு போன்ற பிரச்னைகள் கிடையாது.

★

இடை இடையே பங்குச்சந்தை இறங்குகிறதே என்ற கேள்வி வருமே? இறங்கட்டுமே... இறங்கி இறங்கி உயர்வதுதான் பங்குச்சந்தையின் குணம். அதனை வெல்லும் வழிதான் நீண்ட கால முதலீடு (Long Term Investment).

1993-ல் பங்குச்சந்தை வீழ்ந்தது. அப்போது ரிலையன்ஸ், SBI, ONGC, டாடா ஸ்டீல் போன்ற நிறுவனங்களின் பங்கு விலை களும் வீழ்ந்தன. 1996-ல் அதே கதைதான். மீண்டும் 1998-லும் 2001-லும் வீழ்ந்தன. 2001-ம் ஆண்டு செப்டெம்பர் 11-ல் யு.எஸ்.சில் இரட்டை கட்டிட தகர்ப்பு நிகழ்ந்தது. பங்குகள் விலைகள் பாதாளத்தில் வீழ்ந்தன. எவ்வளவு கீழே விழ்ந்தன. ஒரு பட்டியல் இதோ.

பங்கு	விலை (ரூ) 2001 செப்டெம்பர் 14	விலை (ரூ) 2001 செப்டெம்பர் 21
NIIT	396	11.54
இன்போசிஸ்	1344	276
MTNL	348	111
L & T	219	75
டாடா மோட்டார்	156	67
ICICI வங்கி	581	258
அம்புஜா சிமெண்ட்	41	18

இந்த வருடங்களுக்குப் பிறகெல்லாம், ஒவ்வொரு முறையும் நல்ல நிறுவனங்களின் பங்கு விலைகள் மீண்டும் உயர்ந்துவிட வில்லையா? 2007-ல் அதே பங்குகளின் விலைகளைப் பார்த்தால் தெரியும்.

பங்கு	விலை (ரூ) 2001 செப்டெம்பர் 14	விலை (ரூ) 2001 செப்டெம்பர் 21	2007ல் உச்ச விலை
NIIT	396	11.54	252
இன்போசிஸ்	1344	276	2439
MTNL	348	111	199
L & T	219	75	4760*
டாடா மோட்டார்	156	67	974
ICICI வங்கி	581	258	1348
அம்புஜா சிமெண்ட்	41	18	160

2001 செப்டெம்பர் ரூ.11.54 காசு விற்ற NIIT, 2007-ல் 252 ரூபாய் 175 ரூபாய்க்கு கிடைத்த L & T 4760* ரூபாய்!

2008-ல் சப் பிரைம் சூறாவளி உலகம் மொத்தத்தையும் தாக்கியது. அப்போதும் பெரியது சிறியது நல்லது கெட்டது என்கிற வேறுபாடுகள் இல்லாமல், எல்லா பங்குகளும் விலை இறங்கின. NIIT ரூ.16-க்கு வந்தது. L & T ரூ.650-க்கும், டாடா மோட்டார் ரூ.122-க்கும், ஐசிஐசிஐ வங்கி ரூ. 252-க்கும்கூட வந்தது.

2009 மே 18 - தேர்தல் முடிவுகள் வெளிவந்த பிறகு, அவை முதலீட்டாளர்களால் இரண்டு கைகளாலும் அள்ளப்பட்டன. ஒன்றிரண்டு வாரங்களில் நல்ல நிறுவனப் பங்குகள் விலை 50, 60, 100 சதவிகிதங்கள்கூட உயர்ந்தன.

ஆக, அலை என்ன அலை! சுனாமிக்குப் பிறகும்கூட, உயர்ந்து நிற்கும் கட்டடங்கள் இல்லையா? அப்படிப்பட்ட வலுவான நிறுவனப் பங்குகளை வாங்கி வைத்துக் கொள்வதுதான் நமது திட்டமாக இருக்க வேண்டும்.

---

* One for one இலவசப் பங்குகள் கொடுப்பதற்கு முன்பாக.

2. மாதிரிக்குச் சில நிறுவனங்கள்

நல்ல கல்லூரியில், நல்ல படிப்பில் சேருவது, நல்ல துணை தேடி திருமணம் முடிப்பது, நல்லதாக தேடித் தேடி இடம் வாங்குவது, இழைத்து இழைத்து வீடு கட்டுவது என்று பல முக்கியமான விஷயங்களை அக்கறையாகச் செய்கிறோம். தொழில் அல்லது வியாபாரம் தொடங்கினால், மேல் சொன்ன அக்கறைகளைக் காட்டுகிறோம்.

ஆனால் பங்குகளை மட்டும், நினைத்தவுடன், கேட்டவுடன் வாங்கி விடுகிறோம். உடனே விற்று விடலாம், சொற்ப லாபம் கிடைத்தாலும் சரி என்கிற மனப்பாங்கு கொடுக்கிற தைரியம் தான் இதற்குக் காரணமாக இருக்க வேண்டும். அதனால் வரும் மேலோட்டமான பார்வை, தடாலடி முடிவுகள். விளைவுகள் பற்றி ஏற்கெனவே பார்த்தாகி விட்டது.

நம்மில் பலர் அப்படி சர்வசாதாரணமாக வாங்கி விற்கும் நிறுவனங்கள் ஒருசிலவற்றைப் பற்றி மட்டும் கொஞ்சம் ஆழமாகப் பார்ப்போம். அதன் பின் முடிவுக்கு வருவோம்.

ரத்தினம்-1 ரிலையன்ஸ் இண்டஸ்ட்ரீஸ் லிட் (RIL)

பிரதான தொழில் / வியாபாரங்கள்

- கச்சா எண்ணெய்/எரிவாயு கண்டுபிடிப்பு / துரப்பணப்பணி

- கச்சா எண்ணெய் உற்பத்தி மற்றும் சுத்திகரிப்பு
- பெட்ரோல், டீசல் விநியோகம்
- பெட்ரோகெமிக்கல் தயாரிப்பு, பாலிமர் தயாரிப்பு
- சில்லறை விற்பனை (Retail)
- சிறப்புப் பொருளாதார மண்டலம் (Special economic Zones - SEZ)

(விபரங்கள் அனைத்தும் 2007-08 ஆண்டறிக்கையின்படி)

நிறுவனத்தின் செயல்பாடு	ரூ. கோடிகளில்
விற்று முதல் - டர்ன் ஓவர்	139,269
நிகர லாபம் (மட்டும்)	19,458*
மொத்த சொத்துகளின் மதிப்பு	1,49,792
குழும நிறுவனங்களில் ஊழியர் எண்ணிக்கை	48,000
பொறியாளர்கள் எண்ணிக்கை	10,000

நாள் ஒன்றுக்கு ஜாம் நகரில் சுத்திகரிக்கப்படும் கச்சா எண்ணெயின் அளவு, 6 லட்சத்து 60 ஆயிரம் பீப்பாய்கள்.

தேச அளவில் ரிலையன்ஸ் இண்டஸ்டிரீஸின் தாக்கம்

ஓர் ஆண்டு வருமானம்	-	இந்தியாவின் 3% GDPக்கு நிகர்
ஆண்டு ஏற்றுமதி	-	இந்திய ஏற்றுமதியில் 13.4%
மறைமுக வரிகள்	-	தேச வரி வருமானத்தில் 4.9%

பங்குகள் விவரம்

இந்தியாவில் பட்டியலிடப்பட்டுள்ள அனைத்துப் பங்குகளின் மொத்த மார்க்கெட் கேப்பிடலைசேஷனில் 6.6.%

BSE - சென்செக்ஸில் தாக்கம் (வெயிட்டேஜ்)	-	16.5%
NSE - நிப்டியில் தாக்கம்	-	12.5%

உலக அளவில் ரிலையன்ஸ் இண்டஸ்டிரீஸ் நிலை

- பார்ச்சூன் 500 சர்வதேசப் பட்டியலில் 269-வது இடம்.
- உலக அளவில் அதிக லாபம் பார்க்கும் முதல் 200 நிறுவனங்களில் ஒன்று.
- உலகின் மிகப்பெரிய பாலியெஸ்டர் இழை மற்றும் யார்ன் தயாரிப்பாளர்.

80,000 சதுர கி.மீ. பரப்பளவில் 11 கச்சா எண்ணெய் பிளாக்குகளை ஏமன், ஓமன், குர்திஸ்தான், கொலம்பியா, கிழக்கு திமோர் மற்றும் ஆஸ்திரேலியாவில் வைத்திருப்பது.

விலை முன்னேற்றம்

மும்பை பங்குச்சந்தை சென்செக்ஸ் 30 பங்குகளை உள்ளடக்கியது. அதில் ரிலையன்ஸ் இன்டஸ்ட்ரீஸ் பங்கும் ஒன்று. அந்த 30 பங்குகளின் விலை மாற்றங்களை, சென்செக்ஸ் பிரதிபலிக்கும்.

அந்த முக்கிய முன்னணி 30 பங்குகள் கடந்த சில ஆண்டுகளில் என்ன உயர்வைக் கண்டுள்ளன? அவற்றுடன் (சென்செக்ஸ் சுடன்) ஒப்பிட்டால், ரிலையன்ஸ் பங்கு மட்டும் தனியாக என்ன விலையுயர்வு கண்டிருக்கிறது என்பதைக் காட்டும் பட்டியல் ஒன்று, RIL நிறுவனத்தின் 2007-08 ஆண்டறிக்கையில் உள்ளது.

50 பங்குகளை உள்ளடக்கிய நிப்டியுடன் ஒப்பிட்டாலும் ரிலையன்ஸ் பங்கின் விலை உயர்வு மிக அதிகமாகவே உள்ளது. இரண்டையும் பார்க்கலாம்.

சதவிகிதங்களில் உயர்வு

நிதியாண்டு	நிப்டி	சென்செக்ஸ்	ரிலையன்ஸ் நிறுவனப் பங்கின் விலை
2007 – 08ல் மட்டும்	23.89	19.68	65.49
கடந்த 2 வருடங்களில்	39.15	38.69	184.40
3 வருடங்களில்	132.58	140.95	438.09
5 வருடங்களில்	384.00	413.15	962.66
10 வருடங்களில்	323.00	301.89	1.560.67

ரிலையன்ஸ் பங்கின் கடந்த 10 ஆண்டுகால செயல் வளர்ச்சி

நிதி ஆண்டு	EPS (ஒரு பங்குக்கான ஆண்டு சம்பாத்தியம்)	BV (பத்து ரூபாய் பங்கின் புத்தக மதிப்பு)
1998-99	18.0	129.8
1999-2000	22.4	129.9
2000-01	25.1	140.1
2001-02	23.4	199.2
2002-03	29.3	217.2
2004-05	54.2	289.9
2005-06	65.1	357.4
2006-07	82.2	440.0
2007-08	133.9	560.3

இதுவரை கொடுக்கப்பட்டுள்ள போனஸ் பங்குகள் விகிதம்

வருடம்	விகிதாச்சாரம்
1980 - 81	ஐந்துக்கு மூன்று (60%)
1983 - 84	பத்துக்கு ஆறு (60%)
1997 - 98	ஒன்றுக்கு ஒன்று (100%)

இதுவரை வழங்கப்பட்டிருக்கும் ஈவுத்தொகை %

வருடம்	சதவிகிதம்
1997-98	35.0
1998-99	37.5
1999-2000	40.0
2000-01	42.5
2001-02	47.5
2002-03	50.0
2003-04	52.5

வருடம்	சதவிகிதம்
2004-05	75.0
2005-06	100.0
2006-07	110.0
2007-08	130.0

	தினசரி வர்த்தகம் நடந்த பங்குகளின் எண்ணிக்கை (2007-08ன் சராசரி)	தொகை மதிப்பு ரூ, கோடிகளில்
மும்பை பங்குச்சந்தை BSE	9,03,232	201.98
தேசிய பங்குச்சந்தை NSE	31,53,739	718.42
மொத்தம்	40,57,025	920.40

★

ரத்தினம்-2 இன்போசிஸ்

பிரதான தொழில் / வியாபாரம்

மென்பொருள் சேவை, மென்பொருள் விற்பனை (சாப்ட்வேர் சர்வீசஸ், பிராடக்ட்ஸ்)

(விபரங்கள் அனைத்தும் 2007-08 ஆண்டறிக்கையின்படி)

நிறுவனத்தின் செயல்பாடு   ரூ. கோடிகளில்

விற்றுமுதல் - டர்ன் ஓவர்   15,648

நிகர லாபம்   4,470

EPS - ஒரு (5 ரூ) பங்குக்கான ஆண்டு சம்பாத்தியம் ரூ.78.24

2007-08-ல் வழங்கிய மொத்த டிவிடெண்ட் 665%

நிகர லாபத்தில் டிவிடெண்டாக வழங்குவது 20%

2008-09 முதல் வழங்க இருப்பது - நிகர லாபத்தில் 30%

2007-08-ல் இந்திய ரூபாய் மதிப்பு உயர்ந்தது 11%

அதனால் ஏற்பட்ட பாதிப்பு நிகர லாபத்தில் ரூ.1,000 கோடி

ஏற்றுமதி செய்ய வியாபாரத்தின் அளவு 15,429 கோடி

2007-08ம் ஆண்டில் ஏற்றுமதி உயர்வு 19%

அமெரிக்காவில் இருந்து வருமானம் 63.1%

ஐரோப்பாவில் இருந்து 26.9%

மற்ற நாடுகளில் இருந்து 8.6%

ஊழியர்கள் எண்ணிக்கை 73,490

2007-08-ல் புது ஊழியர்கள் சேர்க்கை 13,659

2007-08-ல் வேலைக்காக வரப்பெற்ற விண்ணப்பங்கள் 8,85,000

(எழுத்து)தேர்வு எடுத்துக் கொண்டவர்கள் *2,27,500*

நேர்முகம் செய்யப்பட்டவர்கள் *97,600*

வேலைக்கான ஆணை தரப்பட்டவர்கள் *45,300*

வழங்கப்பட்டுள்ள இலவச போனஸ் பங்குகள் விகிதாச்சாரம்

வருடம்	விகிதாச்சாரம்	ஒரு பங்கு எத்தனை ஆனது
1986	*1:1* (ஒன்றுக்கு ஒன்று)	*2*
1989	*1:1* (ஒன்றுக்கு ஒன்று)	*4*
1991	*1:1* (ஒன்றுக்கு ஒன்று)	*8*
1992	*1:1* (ஒன்றுக்கு ஒன்று)	*16*
1994	*1:1* (ஒன்றுக்கு ஒன்று)	*32*
1997	*1:1* (ஒன்றுக்கு ஒன்று)	*64*
1999	*1:1* (ஒன்றுக்கு ஒன்று)	*128*
2000	*1:1** (ஒன்றுக்கு ஒன்று)	*256*
2005	*3:1* (ஒன்றுக்கு மூன்று)	*768*
2007	*1:1* (ஒன்றுக்கு ஒன்று)	*1,536*

* Stock Split *10* ரூ. முகமதிப்பு *5* ஆகி, ஒரு பங்கு *2* ஆனது

நிறுவனம் தொடங்கியவர்கள் (புரமோட்டர்ஸ்) எண்ணிக்கை	19
அவர்களிடம் உள்ள பங்குகளின் எண்ணிக்கை	9,44,95,978 (16.62%)
இன்போசிஸ் பங்குகள் வைத்திருக்கும் பரஸ்பர நிதிகள்	184 (2.92%)
FII-க்கள்	563 (33.36%)
இந்திய முதலீட்டாளர்கள் எண்ணிக்கை	5,42,914 (17.52%)
புரமோட்டர்ஸ் அல்லாதவர்களில் அதிக பங்கு வைத்திருப்பவர் LIC	(3.75%)
(ஒரே) ஒரு பங்கு வைத்திருப்பவர்கள்	12,982
2 முதல் 10 வரை	2,15,354 (0.26%)
ஒரு 5 ரூபாய் பங்கின் புத்தக மதிப்பு (Book Value)	235.84

ரத்தினம்-3 டாடா கன்சல்டன்சி சர்வீசஸ்

இந்தியத் தகவல் தொழில்நுட்பத் துறையின் தொன்மையான தனியார் நிறுவனம். தொடங்கி ஆகிற ஆண்டுகள் 40. தொடங்கிய ஆண்டு 1968.

(விபரங்கள் அனைத்தும் 2007-08 ஆண்டறிக்கையின்படி)

நிறுவனத்தின் செயல்பாடு	ரூ. கோடிகளில்
விற்றுமுதல் - டர்ன் ஓவர்	18,533
நிகர லாபம்	4,508
பங்கின் முகமதிப்பு	ரூ. 1

ஒரு ரூபாய் முகமதிப்புள்ள பங்கின் ஓராண்டு சம்பாத்தியம் (EPS)

நிதியாண்டு	EPS ரூ.
2004-05	20.20
2005-06	30.32
2006-07	43.05
2007-08	51.36

2007-08-ல் வழங்கிய மொத்த டிவிடெண்ட்	1400%
ஊழியர்கள் எண்ணிக்கை	1,08,000
2007-08-ல் புது ஊழியர்கள் சேர்க்கை	35,000

கடந்த சில ஆண்டுகளின் லாப விவரம்

நிதி ஆண்டு	நிகர லாபம் (ரூ. கோடிகளில்)	மொத்த வருமானத்தில் நிகர லாப சதவிகிதம்
2004-05	1,977	20.28
2005-06	2,967	22.39
2006-07	4,213	22.55
2007-08	5,026	21.98

| ரத்தினம் - 4 | எல்&டி (L & T) |

விருது: 2007-08-ன் 'மிகச் சிறப்பாக நிர்வகிக்கப்பட்ட நிறுவனம்' பிசினஸ் டுடே இதழ் நிறுவனம் வழங்கியது.

பிரதான தொழில் / வியாபாரங்கள்

- பொறியியல், கட்டுமானம்

(விபரங்கள் அனைத்தும் 2007-08 ஆண்டறிக்கையின்படி)

நிறுவனத்தின் செயல்பாடு	ரூ. கோடிகளில்
ஆண்டு வருமானம்	25,863
வரிக்குப் பிந்தைய நிகர லாபம்	2,173
ரிசர்வ்ஸ்	9,497
ஒரு 10 ரூபாய் பங்குக்கான ஆண்டு சம்பாத்தியம் (EPS)	75.79 ரூபாய்
10 ரூபாய் பங்குக்கான புத்தக மதிப்பு (Book Value per share)	325.90 ரூபாய்
ஊழியர்கள் எண்ணிக்கை	31,941

கடந்த 10 ஆண்டுகளில் செயல்பாடு

ஆண்டு	வருமானம் (ரூ. கோடிகளில்)	EPS (ரூ.)	புக் வேல்யூ (ரூ.)
1998-99	7,292	18.94	146.48
1999-2000	7,424	13.74	152.13
2000-01	7,825	12.67	157.31
2001-02	8,167	13.95	130.25
2002-03	9,870	17.42	139.15
2003-04	9,807	21.41	216.74
2004-05	13,255	38.81	253.91
2005-06	14,966	38.03	334.01
2006-07	17,901	50.22	202.28
2007-08	25,187	75.59	325.90

யார், எவ்வளவு (L & T) பங்குகள் வைத்திருக்கிறார்கள்?

	பங்குகள் எண்ணிக்கை	அதன் சதவிகிதம்
வெளிநாட்டு நிதி நிறுவனங்கள்	8,96,43,028	30.66
GDR ஆக உள்ளவை	1,20,82,071	4.13
இந்திய பரஸ்பர நிதிகள்	1,99,68,129	6.83
கார்ப்பரேட் நிறுவனங்கள்	1,11,86,002	3.83
நிறுவனத்தின் இயக்குநர்கள், அவர்களது உறவினர்கள்	32,32,312	1.11
L&T ஊழியர் நல அமைப்பு	3,71,96,136	12.72
பொதுமக்கள்	7,04,66,759	24.11
மொத்தம்	29,23,27,390	100.00

ரத்தினம்-5 டாடா ஸ்டீல்

பிரதான தொழில் / வியாபாரங்கள்

* இரும்பு, எஃகு உற்பத்தி

(விபரங்கள் அனைத்தும் 2007-08 ஆண்டறிக்கையின்படி)

நிறுவனத்தின் செயல்பாடு	ரூ. கோடிகளில்
விற்றுமுதல் - டர்ன் ஓவர்	*132,110*
நிகர லாபம்	*12,350*

வருமானம் வந்த இடங்கள்

இடம்	மொத்த வருமானத்தில் சதவிகிதம்
பிரிட்டன்	37
பிரிட்டன் தவிர்த்த ஐரோப்பிய யூனியன்	32
இந்தியா	15
இந்தியா அல்லாத ஆசியா	12

கடந்த சில ஆண்டுகளில் செயல்பாடுகள்

ஆண்டு	ஒரு பங்கின் சம்பாத்தியம் ரூ.	ஒரு பங்கின் நிகர சொத்து மதிப்பு (Networth) ரூ.
2001-02	5.17	68.16
2002-03	28.00	89.23
2003-04	32.40	81.52
2004-05	65.27	128.95
2005-06	67.62	181.53
2006-07	64.66	223.08
2007-08	177.18	475.45

பங்கு ஒன்றின் முகமதிப்பு: ரூ.10

கடந்த 10 ஆண்டுகளில் வழங்கியிருக்கும் டிவிடெண்டுகள்

ஆண்டு	சதவிகிதம்
1997-98	40
1998-99	40
1999-2000	40
2000-01	50
2001-02	40
2002-03	80
2003-04	100
2004-05	130
2005-06	130
2006-07	155
2007-08	160

ரத்தினம்-6 | HDFC வங்கி

(விபரங்கள் அனைத்தும் 2007 - 08 ஆண்டறிக்கையில் உள்ளபடி)

பிரதான தொழில் / வியாபாரங்கள்

* வங்கி

கடந்த பத்து ஆண்டுகளில் செயல்பாடுகள்

ஆண்டு	வரிக்குப் பிந்தைய லாபம் (கோடி ரூ)	பங்கு ஒன்றின் சம்பாத்தியம் (ரூ)	வழங்கப்பட்ட டிவிடெண்ட் %
1998	63	3.2	1.0
1999	82	4.1	1.3
2000	120	5.9	1.6
2001	210	8.6	2.0
2004	510	18.0	3.5
2002	297	11.0	2.5
2003	388	13.8	3.0
2005	666	22.9	4.5
2006	871	27.9	5.5
2007	1,141	36.3	7.0
2008	1590	46.2	8.5

கடந்த 3 ஆண்டுகளில் வியாபாரமும் லாப சதவிகிதமும்

ஆண்டு	டெபாசிட்டுகள் ரூ. கோடிகளில் (கோடி ரூ)	நெட் இன்டிரஸ்ட் மார்ஜின் (NIM) % சம்பாத்தியம் (ரூ)	அட்வான்ஸ் கொடுத்த கடன்கள் ரூ. கோடிகளில்
2006	55,797	3.7	35,061
2007	68,298	4.0	46,945
2008	1,00,769	4.3	6,34,271

42 | சோம. வள்ளியப்பன்

| ரத்தினம்-7 | பார்தி டெலிவென்ச்சர்ஸ்

(விவரங்கள் அனைத்தும் 2007-08 ஆண்டறிக்கையில் உள்ளபடி)

பிரதான தொழில் / வியாபாரங்கள்

- மொபைல் தொலைபேசி
- கம்பித் தொலைபேசி
- இணைய இணைப்பு
- வி-சாட் செயற்கைக்கோள் சேவை

கடந்த வருடங்களில் செயல்பாடுகள்

ஆண்டு	வாடிக்கையாளர்கள் எண்ணிக்கை (லட்சம்)	வருமானம் (கோடி ரூ.)	வரிக்குப் பிந்தைய லாபம் (கோடி ரூ.)
2003-04	5,036	583	71.41
2004-05	8,155	1,211	118.42
2005-06	11,664	2,027	209.26
2006-07	18,420	4,062	390.13
2007-08	27,012	6,395	642.68

ஆண்டு	10 ரூபாய் பங்குக்கான சம்பாத்தியம் (EPS)	10 ரூபாய் பங்கின் புத்தக மதிப்பு (Book Value)
2003-04	3.15	26.52
2004-05	6.53	28.70
2005-06	10.78	38.87
2006-07	21.43	60.59
2007-08	34.23	114.46

சரி, இந்த நிறுவனங்கள், அவை பற்றி அவற்றின் வலிமை செயல்பாடு தொடர்பான பல்வேறு எண்கள் பற்றி பார்த்தோம். இவற்றை வைத்துக்கொண்டு, இந்த நிறுவனங்களில் முதலீடு செய்யலாமா, கூடாதா என்று எப்படி முடிவு செய்வது? எந்த நிறுவனத்தின் பங்குகளில் முதலீடு செய்வது நல்லது என்று எப்படித் தெரிந்துகொள்வது?

அவற்றை பின்னர் விரிவாகவே பார்க்க உள்ளோம். அதற்கு முன்பாக நல்ல முதலீடு தொடர்பான மற்றுமொரு விபரத்தினையும் பார்த்துவிடுவோம்.

3. பரஸ்பர நிதிகளும் போர்ட்ஃபோலியோக்களே

அடிக்கடி வாங்கி விற்பதைவிட, வாங்கி வைத்திருந்து லாபம் பார்ப்பதே பங்குச்சந்தையில் பணம் பண்ண சிறந்த வழி என்கிற தீர்மானத்துக்கு வந்தாகி விட்டது என்று வைத்துக் கொள்வோம். இனி அதைப் பற்றி விவாதம் கிடையாது. அதுதான் சரி என்பது நமது முடிவு.

வாங்கி வைத்திருப்பது என்பதுதான் முதலீட்டு வழி. பணம் பண்ண நிச்சய வழி. அதைச் செய்வது எப்படி? இனி அதைத்தான் பார்க்க வேண்டும்.

ஆங்கிலத்தில் மிரர்ரிங் (Mirroring) என்பார்கள். மிர்ரரிங் என்றால் பிரதிபலிப்பது. அதே போல பெஞ்ச்மார்க் (Benchmark) என்பார்கள். பின்பற்றத் தக்க முன்னோடிகள்.

இவற்றைப் பற்றி ஜெனரல் எலக்ட்ரிக் (GE) நிறுவனத்தின் முன்னாள் தலைமை நிர்வாகி ஜேக் வெல்ஷ் பட்டவர்த்தனமாகச் சொல்வார். 'ஷேம்லெஸ் காப்பியிங்' (Shameless Copying) தவறில்லை என்று. அதாவது 'வெட்கமே படாமல் காப்பி அடியுங்கள்' என்கிறார். 'வெட்கப்படாமல், நல்லதை நன்றாகச் செய்பவர்களைப் பார்த்து அவர்களைப் போலவே செய்யுங்கள்' என்பதுதான் அவரது பரிந்துரை.

முதலீட்டு விஷயத்தில் யாரை முன்மாதிரியாகக் கொள்வது? எவர் செய்வதுபோலச் செய்ய வேண்டும்? பணத்தைப் பெருக்குவதில் சமர்த்தர்கள் யார் தெரியுமா? பரஸ்பர நிதியினர்தான். அவர்கள் பங்குச்சந்தையில் முதலீடு செய்து, அதில் கணிசமாக லாபம் பார்ப்பவர்கள். காரணம் அதுதான் அவர்கள் 'தொழிலே'.

அதாவது பணத்தைப் பெருக்குவதில் அவர்கள் தொழில்முறை வல்லுனர்கள் (Professionals). தொழில்முறை வல்லுனர்களிடம் இருக்கும் தனிச்சிறப்பு, அவர்களுக்குப் பாரபட்சமோ, உணர்ச்சி ஒட்டுதல்களோ கிடையாது. எது சரியோ, அது சரி. அவ்வளவு தான். அதனால்தான் அவர்களால் சரியாகச் செய்ய முடிகிறது.

அவர்களைப் பற்றியும் கொஞ்சம் தெரிந்துகொண்டால் அவர் களை ஏன் பின்பற்றலாம் என்கிற நியாயம் புரியும்.

தொடக்கத்தில் (1963) அரசின் UTI மட்டுமே இந்தியாவின் பரஸ்பர நிதியாக இருந்து வந்தது. பின்பு 1987-ல் எல்.ஐ.சி. போன்ற பொதுத் துறை நிறுவனங்களும் சில பொதுத் துறை வங்கிகளும் பரஸ்பர நிதிகள் தொடங்க அனுமதிக்கப்பட்டனர்.

தனியார் துறையினர் அனுமதிக்கப்படுவதற்கு முன்னர், பரஸ்பர நிதிகள் வசமிருந்த மொத்தத் தொகை ரூ.47 ஆயிரம் கோடி. 1993-ல் தனியார் துறை நிறுவனங்களும் பரஸ்பர நிதிகள் தொடங்கலாம் என அனுமதி கொடுக்கப்பட்டது. அதனால் களம் விரிவுபடுத்தப்பட்டது.

2003-ல் இந்தியப் பங்குச்சந்தையில் ஒரு வேகமும் எழுச்சியும் வந்தது. அதற்கு முன் மொத்தம் 33 பரஸ்பர நிதிகளும் அவற்றின் வசம் ஒரு லட்சத்து 21 ஆயிரத்து 805 கோடி ரூபாய் சொத்துகளாக (Assets Under Management) இருந்தன.

2003-க்குப் பிறகு இந்திய பரஸ்பர நிதிகளின் வளர்ச்சி மிக அதிகமானது. மார்ச் 2008-ல், பரஸ்பர நிதிகளின் நிர்வாகத்தின்கீழ் 5 லட்சத்து 5 ஆயிரத்து 152 கோடி ரூபாய்கள் இருந்தன.

அவ்வளவு பணமும் இந்தியப் பங்குச்சந்தைக்குள்ளும், கடன் பத்திரங்களிலும் முதலீடு செய்யப்பட்டுள்ளன. எல்லாம் மக்களும் நிறுவனங்களும் சேர்த்துக் கொடுத்த பணம்.

இவ்வளவு லட்சம் கோடி ரூபாய்களை ஒரு சில நூற்றுக் கணக்கான ஃபண்ட் மேலாளர்கள் நிர்வகிக்கிறார்கள் என்றால்,

அவர்களை நம்பி இவ்வளவு பணம் ஒப்படைக்கப்படுகிறது என்றால், அவர்கள் எதை எப்படி செய்கிறார்கள் என்று தெரிந்து கொள்ள விஷயம் இல்லாமலா இருக்கும்?

அவர்கள் எப்படிச் செய்கிறார்கள் என்று ஒரு பார்வை பார்த்து விட்டால், நாமும், நம் பணத்தை முதலீடு செய்ய சரியான முறைகளைப் பற்றி ஒரு முடிவுக்கு வரலாம்.

பரஸ்பர நிதிகளில் பல வகைகள் உண்டு. சில 'விற்பனை கவுண்டர்' மூடாத 'ஓபன் என்டட்' திட்டங்கள். அந்தத் திட்டங்களை நடத்தும் நிறுவனங்களை அணுகினால், எப்போது வேண்டுமானாலும் நாம் அந்தத் திட்டங்களில் சேர அனுமதி கொடுப்பார்கள். அதே போல வெளியேறவும் கதவினை எப்போதும் அகலத் திறந்தே வைத்திருக்கும் திட்டங்கள் இவை.

'குளோஸ் என்டட்' எனப்படுவன, குறிப்பிட்ட காலத்துக்குப் பிறகு கதவுகள் அடைக்கப்படும் திட்டங்கள். New Fund Offer நேரத்தில் மட்டும் தான், IPO போல விண்ணப்பித்து நிறுவனத் திடமிருந்தே யூனிட்களைப் பெறலாம். நேரடியாக வாங்கும் வாய்பு குறிப்பிட்ட நாட்களுக்குத்தான். அதன் பிறகு வழங்குதல் முடிந்துவிடும். புதிய யூனிட் வெளியீடு கிடையாது. ஆனால் சில ஃபண்ட்களின் MF யூனிட்டுகளை, பங்குகளைப் போலவே ஏற்கெனவே வெளியிடப்பட்டதை வெளிச் சந்தைகளில் வாங்க, விற்க முடியும்.

மற்றொரு வகையாகவும் பரஸ்பர நிதிகளை பிரித்துப் பார்ப் பார்கள். அது, முதலீட்டு நோக்கம் (Investment Objective) தொடர்புடையது.

- வளர்ச்சித் திட்டங்கள் (Growth Schemes)
- வருமானத் திட்டங்கள் (Income Schemes)
- சமச்சீர் திட்டங்கள் (Balanced Schemes)
- மணி மார்க்கெட் திட்டங்கள்

இந்த வகைகளை எதற்காக இப்போது பார்க்கிறோம் என்கிற சந்தேகம் வரலாம். காரணம் இருக்கிறது. நம்முடைய முதலீட்டு நோக்கங்களைப் பொருத்து, நாம் இவற்றை நமக்கு ஏற்ற 'மாதிரி'களாக எடுத்துக் கொள்ளலாம் என்பதற்காகத்தான் இந்த அறிமுகம்.

பங்குகளைப் போலவே பரஸ்பர நிதிகளிலும் நூற்றுக்கணக்கான நிதிகள் இருக்கின்றன. அவையெல்லாவற்றையும் நம்மால் இப்போது பார்க்க இயலாது. பார்க்கத் தேவையும் இல்லை. நமது நோக்கம் எந்த நிதி சிறந்தது என்று தெரிந்துகொள்வ தில்லை. பரஸ்பர நிதிகள் எப்படி முதலீடு செய்கின்றன என்று தெரிந்துகொள்வதுதான்.

அதற்காக முதலில் ஒரே ஒரு பரஸ்பர நிதியை மட்டும், விவர மான பகுதிகளாகப் பார்த்துவிடலாம்.

1. ரிலையன்ஸ் குரோத் பண்டு

(கீழ்வரும் பரஸ்பர நிதி விபரங்கள் அனைத்தும் 31.5.2008-ல் இருந்தபடி.)

தொடங்கிய காலம் - அக்டோபர் 1995

அமைப்பு - ஓப்பன் என்டட் ஈக்குவிட்டி குரோத் திட்டம்

மொத்தப் பணம் ரூ - 5248.55 கோடிகள்

நிதி மேலாளர் - சுனில் சிங்கானியா

முதலீட்டு நோக்கம் - பங்குகள் மற்றும் பங்குகள் தொடர்பான செக்யூரிட்டிகளில் முதலீடு செய்து, நீண்டகாலத்தில் முதலைப் பெருக்குவது.

முதலீடு செய்திருக்கும் விதம்

எண்.	வாங்கியிருக்கும் நிறுவனப் பங்குகள்	மொத்தத் தொகையில் (AUM) முதலீடு செய்யப் பட்டிருக்கும் அளவு (சதவிகிதம்)
1.	டிவிஸ் லேபரட்டரீஸ் லிட்	4.53
2.	ஜிண்டால் ஸ்டீல் - பவர் லிட்	4.14
3.	ரிலையன்ஸ் இண்டஸ்ட்ரீஸ் லிட்	3.37
4.	ஜிண்டால் சா	2.75
5.	அதானி எண்டர்பிரைசஸ்	2.75

6.	ஜெயப்பிரகாஷ் அசோசியேட்ஸ்	2.46
7.	லூபின் லிட்	2.38
8.	பாம்பே டையிங்	2.37
9.	ஜெயின் இரிகேஷன்	2.28
10.	ரிலையன்ஸ் கம்யூனிகேஷன்ஸ்	2.24
11.	GMDC	2.16
12.	BEML	2.11
13.	சிவ்வானி ஆயில் - கேஸ் எக்ஸ்	1.91
14.	BOB	1.85
15.	யுனைடெட் பிராஸ்பிரஸ்	1.78
16.	ரேடிகோ கெய்த்தான்	1.52
17.	இன்போசிஸ் டெக்னாலஜி	1.50
18.	மாருதி சுசுகி	1.40
19.	NDTV	1.37
20.	GSFC	1.33
21.	ஓரியண்ட் பேப்பர்ஸ்	1.31
22.	ரிலையன்ஸ் இன்ஃபிராஸ்டிரக்சர்	1.17
23.	எஸ்கார்ட்ஸ்	1.14
24.	மதுகான் பிராஜெக்ட்ஸ்	1.10
25.	HCL டெக்னாலஜீஸ்	1.08
26.	கிரீவ்ஸ் காட்டன் லிட்	1.07
27.	கிராம்ப்டன் கிரீவ்ஸ்	1.05
28.	AIA இன்ஜினியரிங்	1.04
	1%க்கும் குறைவான தொகையில்	19.44
	பங்குகள்	74.59
	டிரைவேட்டிவ்ஸ், ரொக்கம் மற்றும் பிற	25.41
	மொத்தம்	100.00

மேற்படி பட்டியலின் பீட்டா (BETA)	0.9245
ஸ்டாண்டர்ட் டீவியேஷன்	3.7637
கீ-ஸ்கொயர்டு	0.7883
ஸார்ப் ரேஷியோ	0.1513
போர்ட்ஃபோலியோ டர்ன் ஓவர் ரேஷியோ	0.86

முதலீட்டு வகைகள் (அசெட் அலோகேஷன் சதவிகிதத்தில்)

பங்குகளில்	75.49
ரொக்கம் மற்றவை	24.51

துறை வாரியாக முதலீடுகள் (முதல் பத்து மட்டும்)

எண்.	துறை	முதலீடு செய்திருக்கும் %
1	மருந்து நிறுவனங்கள்	7.62
2	இரும்பு	7.57
3	தொழில் நிறுவனங்களின் உற்பத்திக்குத் தேவையான பொருள்களை உருவாக்கும் நிறுவனங்கள்	5.81
4	தகவல் தொழில்நுட்பம் (மென்பொருள்)	4.74
5	கட்டுமானம்	4.72
6	வங்கிகள்	3.91
7	தொழில்துறை பொருட்கள்	3.59
8	பெட்ரோலிய பொருட்கள்	3.37
9	வர்த்தகம்	3.19
10	நுகர்வோர் பொருள்கள்	3.14
	பிற (21 துறைகள்)	27.84
	மொத்தம்	74.59

பெருகியிருக்கும் முதல் (31.5.2008 நிலவரப்படி)

கடந்த...	நிகர சொத்து மதிப்பில் மாற்றம் (Change in NAV)	அதே காலகட்டத்தில் பங்குச்சந்தை குறியீட்டு எண்ணில் மாற்றம் (BSE 100)
6 மாதங்களில்	-15.63	-16.38
1 வருடத்தில்	+21.03	+17.40
3 வருடத்தில்	+38.96	+34.44
5 வருடத்தில்	+59.41	+39.49
ஆரம்பித்த நாளிலிருந்து	+32.56	+14.09

தகவல்கள் போதும். இவற்றை வைத்துக்கொண்டு, மேலும் சில பரஸ்பர நிதி திட்டங்களையும் இதனுடன் ஒப்பிட்டு, நாமே சொந்தமாக முதலீடு செய்யும்போது கவனத்தில் கொள்ள வேண்டியவற்றைப் தெரிந்துகொண்டு விடலாம்.

புள்ளிவிவரங்களைப் பார்த்ததில் எவை முக்கியமானவையாக தெரிகின்றன?

★ திட்டம் அக்டோபர் 1995-ல் தொடங்கப்பட்டுள்ளது. 30.5.2008-ல் கிட்டத்தட்ட 152 மாத காலமாக நடக்கும் திட்டம்.

★ திட்டத்தின் நோக்கம் தெளிவானது. முதல் பெருக்கம் என்பது தான் நோக்கம். தொடர்ந்து வரும் வருமானமோ (டிவிடெண்ட்), நிலையான வருமானமோ (Fixed income) அல்ல. முதல் பெருக்கம் என்பதால், 'நீண்டகாலத்தில்' (Long Term) என்று முடிவெடுக்கப்பட்டுள்ளது. அதற்கான வழியாக பங்குகளில் முதலீடு செய்வது என்றும் தெளிவுபடுத்திக் கொண்டிருக்கிறார்கள்.

★ குறிப்பிட்ட தேதியில் மொத்தக் கையிருப்பு ரூ.5248.55 கோடி கள். இது ஓபன் என்டட் (திறந்த கவுண்டர்) திட்டம் என்பதால், இந்தத் தொகை தொடர்ந்து மாறிக்கொண்டேயிருக்கும்.

★ 'டாப் 5' என்று சொல்லக்கூடிய, முதல் அதிகபட்ச முதலீடுகள் செய்யப்பட்டிருக்கும் நிறுவனங்கள்:

நிறுவனம்	முதலீடு செய்யப்படிருக்கும் பணத்தின் சதவிகிதம்
டிவிஸ் லேப்	4.53
ஜிண்டால் ஸ்டீல் - பவர்	4.14
ரிலையன்ஸ் இண்டஸ்ட்ரீஸ்	3.37
ஜிண்டால் சா	2.75
அதானி எண்டர்பிரைசஸ்	2.75

எந்த ஒரு குறிப்பிட்ட நிறுவனத்தின் பங்குகளிலும் ஐந்து சத விகிதத்துக்கும் அதிகமாக முதலீடு செய்யப்படவில்லை.

★ பங்குகளில் முதலீடு செய்யப்பட்டிருக்கும் பணத்தின் அளவு சுமார் 75 சதவிகிதம். ரொக்கம் மற்றும் பிற, 25 சதவிகிதம். ஆக, முதலீடு செய்யாமல் ஓரளவு பணத்தினை ரொக்கமாகவும் வைத்திருக்கிறார்கள்.

★ முதலீடு செய்யப்பட்டிருப்பது (29+29) குறைந்தபட்சம் 58 நிறுவனங்கள் என்பது போக, முதலீடு செய்யப்பட்டிருக்கும் துறைகளும் அதிக எண்ணிக்கையிலேயே இருக்கின்றன (21).

★ துறைகளில் முதல் மூன்றைப் பார்த்தால், அவை மருந்து தயாரிப்பு, இரும்பு மற்றும் தொழில் நிறுவனங்களின் உற்பத்திக்குத் தேவையான பொருள்களைத் தயாரிக்கும் துறை என்று உள்ளது. அடுத்து, தகவல் தொழில்நுட்ப துறையிலும் (4.74%) கணிசமாக முதலீடு செய்திருக்கிறார்கள்.

★ தொடங்கப்பட்டதில் இருந்து எல்லாக் காலகட்டங்களிலும், பெஞ்ச்மார்க்காக (அளவீடாக) அவர்கள் எடுத்துக்கொண்ட BSE 100 என்கிற குறியீட்டு எண்ணைக் காட்டிலும், மேலாகவே வருமானம் ஈட்டியிருக்கிறார்கள். 5 வருடக் கணக்கில் பார்க்கிறபோது, BSE 100 விட மிகச் சிறப்பான வருமானம் பார்த்திருக்கிறார்கள் (59.41% vs 39.49%). அவர்களின் நோக்கம் நீண்டகாலத்தில் நல்ல வளர்ச்சி காண்பது. அது சரியாகத்தான் வந்திருப்பதாகத் தெரிகிறது.

★ நிதியின் பீட்டா (Beta) ஒன்றுக்கும் குறைவு. இது பங்குச்சந்தை குறியீட்டு எண்ணின் நகர்தலுடனான தொடர்பினைக் குறிக்கும் எண். இந்த எண், ஒன்றாக (1) இருந்தால், பங்குச்சந்தை குறியீட்டு எண் உயரும் அல்லது குறையும் அதே அளவே, இந்த நிதியின் நிகரச் சொத்து மதிப்பும் கூடுகிறது, குறைகிறது என்று பொருள். சந்தை குறியீட்டு எண் சென்செக்ஸ் அல்லது நிப்டி இறங்கினால், இதுவும் அதே அளவு இறங்கும். நிதியின் பீட்டா ஒன்றுக்கும் அதிகமாக இருந்தால், பங்குச்சந்தை குறியீட்டு எண்ணின் ஏற்ற இறக்கங்கள், பரஸ்பர நிதியின் நிகரச் சொத்து மதிப்பை அதிகமாகப் பாதிக்கும். ஒன்றைவிடக் குறைவாக இருந்தால், பங்குச்சந்தை நகர்தலின் பாதிப்பு, இந்த நிகரச் சொத்து மதிப்பில் குறைவாகவே இருக்கும்.

நாம் பார்த்துக் கொண்டிருக்கும் குரோத் பண்டின் பீட்டா, 0.9245. அதாவது ஒன்றுக்கும் சற்றுக் குறைவு. பீட்டா அதிகமாக இருப்பவை மொமெண்டம் பங்குகள் எனப்படும். நாம் பார்க்கும் பரஸ்பர நிதியில் இருக்கும் பெரும்பாலான பங்குகள் அந்த ரகமல்ல. மொமெண்டம் பங்குகள் குறுகிய காலத்துக்குத் தான் சரி. நீண்ட காலத்துக்கு அல்ல.

★

நாம் பார்த்தது, ரிலையன்ஸ் குரோத் ஃபண்ட் என்கிற ஒரே ஒரு பரஸ்பர நிதியைப் பற்றித்தான். அவர்கள் செய்தது போலத்தான் மற்ற நிதிகளும் செய்கிறார்களா? சிறப்பாக செயல்பட்டு, முதலீட்டாளர்களுக்கு நல்ல வருமானமும் முதல் பெருக்கமும் பெற்றுத் தந்து கொண்டிருக்கும் மேலும் சில பரஸ்பர நிதிகளையும் ஒரு ஒப்பீட்டிற்காக பார்த்தால் என்ன? பார்க்கலாம். சற்று சுருக்கமாக.

2. ரிலையன்ஸ் நேச்சுரல் ரிசோர்சஸ் ஃபண்ட்

பிரதான முதலீட்டு நோக்கம்: நீண்டகாலத்தில் முதல் பெருக்கம். அடுத்த நோக்கம்: கடன் பத்திரங்களில் முதலீடு செய்து சீரான வருமானம் பார்த்தல்.

வழிமுறை: இயற்கை வளங்களைக் கண்டுபிடிக்கும், உருவாக்கும், உற்பத்தி செய்யும், விநியோகம் செய்யும் நிறுவனப் பங்குகளில் முதலீடு செய்வது.

முதலீடுகள்:

a) பங்குகள்   முதலீட்டு சதவிகிதம்
   இந்திய நிறுவனங்களின் பங்குகளில்   37.10
   சர்வதேச நிறுவனப் பங்குகளில்   15.33
   மொத்தம்   52.43

b) பரஸ்பர நிதிகளில்   3.90

c) டெரிவேட்டிவ்ஸ், ரொக்கம் மற்றும் பிற   43.66

இந்திய நிறுவனங்கள் மட்டுமல்லாது அயல்நாட்டு நிறுவனப் பங்குகளையும் வாங்கி வைத்திருக்கிறது இந்தப் பரஸ்பர நிதி.

இந்திய நிறுவனங்களில் டாடா ஸ்டீல், ரிலையன்ஸ் இண்டஸ்ட்ரீஸ், ஹிண்டால்கோ, ONGC, GNFC போன்ற பங்குகள். அயல்நாட்டு நிறுவனங்களில், Freeport Mcmoran Copper and Gold Inc. (1.69%), Bhp Billiton (1.62%), Schlumberger (1.58%), ஆர்சிலர் மிட்டல் (1.56%) போன்றவை அடக்கம்.

பீட்டா வெறும் 0.5235 தான்.

பிப்ரவரி 2008ல்தான் இந்த நிதி உருவாக்கப்பட்டது. 31 மே 2008-ல் 1.75% நிதி அளவு குறைந்துள்ளது. (நெகட்டிவ்). இது தாற் காலிகம்தான். தொடங்கி 3 மாதம்தானே ஆகிறது.

3. சுந்தரம் BNP பரிபா செலக்ட் போகஸ் நிதி

இதன் முதலீட்டு நோக்கம்: முதல் பெருக்கம். மொத்த நிதி அளவு 870 கோடிகள்.

மொத்த நிதியில் பாதி (50%) மூன்றே துறைகளில் (எரிசக்தி, பைனான்ஷியல் சர்வீஸ் மற்றும் உலோகங்கள்) முதலீடு செய்யப்படிருக்கிறது.

மொத்தம் 30 பங்குகளில் முதலீடு (சென்செக்ஸ் போல). ஆனால் இந்தப் பட்டியல் வேறு. அதிகபட்சம் 9.1% நிதி, ரிலையன்ஸ் இண்டஸ்ட்ரீஸில் முதலீடு செய்யப்பட்டுள்ளது. அடுத்தடுத்த இடங்களில் இன்போசிஸ் (4.7%) மற்றும் L & T (4.5%). 31.5.2008 நிலவரப்படி, மொத்தப் பணத்தில் 86.6% பங்குகளில் முதலீடு

செய்யப்பட்டு, மீதம் 13.4% ரொக்கம் மற்றும் ரொக்கத்துக்கு இணையாக வைக்கப்பட்டுள்ளது.

இந்த நிதியின் பீட்டா 1.16. ஒன்றைக் காட்டிலும் அதிகம். கிட்டத்தட்ட சென்செக்ஸ் போல இருப்பதால். இந்த நிதி தந்திருக்கும் வருமானம் - (31.5.2008 வரை).

காலம்	இந்த நிதி தந்திருக்கும் முதல் பெருக்கம் %	S & P நிப்டி தந்தது %
தொடங்கிய 2002ல் இருந்து	43.0%	33.9%
கடந்த 5 வருடங்களில்	40.5	40.7
கடந்த 3 வருடங்களில்	36.0	39.5
கடந்த 2 வருடங்களில்	28.6	21.3
கடந்த 1 வருடத்தில்	15.1	26.4

4. சுந்தரம் BNP பரிபா செலக்ட் மிட்கேப்

மொத்தம் 75 நிறுவனப் பங்குகளில் முதலீடு. அதிகபட்சம் வெல்ஸ்பன் குஜராத் (4.7%), அடுத்து டாடா கெமிக்கல்ஸ் (4.6%). மொத்தப் பணமான 1,805 கோடியில் 92.3 சதவிகிதம் பணம் பங்குகளில் முதலீடு. மீதமுள்ள 7.7% பணம் ரொக்கமாக இருக்கிறது (31.5.08).

பீட்டா 0.88தான். 2002-ல் இருந்து மே 2008 வரையிலான காலத்தில் 49% வருமானம். 5, 3, 2, 1 வருடங்களில் முறையே 44.4, 27.2, 14.0 மற்றும் -1.0% தந்திருக்கிறது.

5. சுந்தரம் BNP பரிபா பேலன்ஸ்ட் ஃபண்ட்

பங்குகளில் முதலீடு 68.1%
கடன் பத்திரங்களில் 23.6%
ரொக்கம் 8.3%

முதலீடு செய்திருக்கும் பங்குகள் எண்ணிக்கை மொத்தம் 21 தான். அதிகபட்சம் ரிலையன்ஸ் இன்டஸ்ட்ரீஸ்தான் (8.95%). அடுத்து SBI (8.6%). கடன் பத்திரங்கள் நான்கு. 6.7% வட்டி தரும் PFL பண்டில், நிதியின் 6.8% பணம். 8.60% வட்டி தரும் M & M பைனான்ஷியலில் இன்னொரு 6.7% பணம்.

★

மொத்தம் ஐந்து பரஸ்பர நிதிகளைப் பற்றி பார்த்தோம். வேல்யு ரிசர்ச் (Value Research) என்கிற நிறுவனம் ஆராய்ந்து 2008-ம் வருடம் ஜுன் மாதத்தில் சிறப்பாக இருப்பவை என்று தேர்வு செய்திருந்தவற்றுள் சில பரஸ்பர நிதிகள்தான் அவை.

விவரமறிந்தவர்களால், திறமை மிக்கவர்களால் நடத்தப்படும் நிதிகள் இவை. அதனால் அவற்றில் இருந்து சில பொதுவான முதலீட்டுச் செய்திகளை நமக்கு எடுத்துக் கொள்ளலாம்.

செல்வம் சேர்க்க நமது தனிநபர் போர்ட்ஃபோலியோவை உருவாக்குவதற்கு இந்த பரஸ்பரநிதிகளில் இருந்து நாம் தெரிந்துகொள்ளக் கூடியவை என்ன? மொத்தம் பதினோரு தகவல்கள் உள்ளன. நாம் முன்பு விவரமாகப் பார்த்த ஐந்து பரஸ்பர நிதிகள் தவிரவும் ICICI போன்ற வேறு சில நல்ல பரஸ்பர நிதிகளையும் இந்தப் பகுதியில் சேர்த்துப் பார்க்கலாம்.

1. முதலீட்டின் நோக்கம் (Investment Objective) என்ன என்பதில் தெளிவு:

அந்தத் தெளிவுதான் நம்மை சரியான பங்குகளை, சரியான நேரத்தில், வாங்கவும் விற்கவும் வழிகாட்டும். எல்லா பரஸ்பர நிதிகளுமே, தொழில் முறை வல்லுனர்களைப் பணியில் அமர்த்துவதால், இதில் தெளிவாக இருக்கிறார்கள். இருந்தாக வேண்டும். வேறு வழியில்லை.

சிறப்பாக நடத்தப்படும் சில நிதிகளின் முதலீட்டு நோக்கங்கள் எப்படியிருக்கின்றன என்று பார்ப்போம்.

எண்	பரஸ்பர நிதி	முதலீட்டு நோக்கம்
1	ரிலையன்ஸ் குரோத் ஃபண்ட்	நீண்டகாலத்தில், செய்த முதலீட்டைப் பெருக்குவது (Long Term Growth of Capital)
2	ரிலையன்ஸ் டைவர்சிபைடு பவர் செக்டர் ஃபண்ட்	தொடர் வருமானம் பார்ப்பது
3	ரிலையன்ஸ் லாங்டேர்ம் ஈக்விட்டி ஃபண்ட்	நீண்டகாலத்தில் முதலீட்டுப் பெருக்கம்

4	ரிலையன்ஸ் நேச்சுரல் ரிசோர்ஸ் ஃபண்ட்	நீண்டகாலத்தில் முதல் பெருக்கம் மற்றும் சீரான வருமானம் பார்த்தல்
5	சுந்தரம் BNP பரிபா செலக்ட் போகஸ்	முதல் பெருக்கம்
6	ஐசிஐசிஐ புருடேன்ஷியல் டிஸ்கவரி ஃபண்ட்	முதல் பெருக்கம்
7	ஐசிஐசிஐ புருடேன்ஷியல் சைல்ட் கேர் பிளான்	நீண்டகால அடிப்படையில் சேமிப்பு
8	ஐசிஐசிஐ புருடேன்ஷியல் டேக்னாலஜி ஃபண்ட்	முதல் பெருக்கம்

பட்டியலில் உள்ள எட்டு நிதிகளில் ஏழு நிதிகள் 'முதலீட்டுப் பெருக்க'த்தையே, அவைகளின் குறிக்கோளாக வைத்துள்ளன. இந்த பட்டியலில் இல்லாத வேறு பல நல்ல பரஸ்பர நிதி நிறுவனங்கள், 'தொடர் வருமானத்தையே' (Income Schemes) குறிக்கோளாக வைத்து இயங்குகின்றன. நாம் அவற்றை இங்கே எடுத்துக் கொள்ளவில்லை. அதற்குக் காரணம் இருக்கிறது.

இந்தப் புத்தகத்தில் நாம் பார்ப்பது பங்குச்சந்தையில் எப்படி வெற்றிகரமாகப் பணம் செய்வது என்பது பற்றித்தான். தொடர் வருமானத்துக்கு பங்குகள் உத்திரவாதம் தராது. அதற்குக் கடன் பத்திரங்கள்தான் சரி. அதில் பெரிய முதல் பெருக்கம் சாத்தியமில்லை. ஆனால் வருமானம் நிச்சயம்.

2. முதலீடு செய்வதற்கான வழிமுறைகள்:

பங்குச்சந்தையில் ஆயிரக்கணக்கான பங்குகள் இருக்கின்றன. அவற்றை எத்தனையோ அடிப்படைகளில் பிரிக்க முடியும். எந்த மாதிரிப் பங்குகளில் முதலீடு செய்து, எப்படி முதலீடு செய்து, நமது முதலீட்டைப் பெருக்குவது?

நாம் பார்த்த பரஸ்பர நிதிகள் எல்லாம் ஒரே நோக்கத்துடன்தான் களம் இறங்கியிருக்கின்றன. அந்த ஒரே நோக்கத்தை அடைய அவர்கள் வகுத்துக் கொண்டிருக்கும் வழிகள் என்ன? அவையும் ஒன்றுதானா? அல்லது வெவ்வேறா? அதையும் பார்த்து விடலாம்.

எண்	பரஸ்பர நிதி	வழிமுறை
1	ரிலையன்ஸ் குரோத் ஃபண்ட்	பங்குகள் மற்றும் பங்குச்சந்தை செக்யூரிட்டிகளில் முதலீடு
2	ரிலையன்ஸ் டைவர்சிபைடு பவர் செக்டர் ஃபண்ட்	எரிசக்தி (Power) துறை பங்குகளில் முதலீடு
3	ரிலையன்ஸ் லாங்டேர்ம் ஈக்விட்டி ஃபண்ட்	பங்குகள் மற்றும் பங்குச்சந்தை செக்யூரிட்டிகளில் முதலீடு
4	ரிலையன்ஸ் நேச்சுரல் ரிசோர்ஸ் ஃபண்ட்	இயற்கை வளங்களைக் கண்டு பிடிக்கும், மேம்படுத்தும், உற்பத்தி செய்யும், விநியோகம் செய்யும் நிறுவனப் பங்குகளில் முதலீடு
5	சுந்தரம் BNP பரிபா செலக்ட் போகஸ்	எரிசக்தி, பைனான்ஸியல் சர்வீசஸ் மற்றும் உலோகத் துறைகளில் முதலீடு
6	சுந்தரம் BNP பரிபா செலக்ட் மிட்கேப்	கெமிக்கல்ஸ், உரங்கள். வங்கிகள், இயற்கை உரங்கள், கட்டுமானம் போன்ற துறைகளில் முதலீடு
7	சுந்தரம் BNP பரிபா ஸ்மால் கேப்	இன்ஜினியரிங் மற்றும் நுகர்வோர் பொருள்களை உற்பத்தி செய்யும் நிறுவனங்களில் முதலீடு. அதிக காலத்துக்குப் பங்குகளை வைத்துக் கொள்வதில்லை.
8	ஐசிஐசிஐ புருடென்ஷியல் டிஸ்கவரி ஃபண்ட்	கன்ஸ்யூமர் நான் ட்யூரபிள், மருந்து நிறுவனங்களில் முதலீடு
9	சிஐசிஐ புருடென்ஷியல் டெக்னாலஜி ஃபண்ட்	தொழில்நுட்பம், மீடியா துறை பங்குகள்

பரஸ்பர நிதிகள், எந்தத் துறையில் முதலீடு செய்வது என்பதைத் தெளிவாகத் தீர்மானித்துக் கொண்டிருப்பது தெரிகிறது. ஆனால், அவற்றில் சில, நோக்கத்தைத் தெளிவாக வைத்துக்கொள்ள வில்லை என்பதும் தெரிகிறது. குறுகிய காலத்தில் ஃபண்ட் மேலாளர்கள் மாறுவதும், அதற்குள் அவர்கள் தங்களுடைய திறமையைக் காட்ட வேண்டியிருப்பதும், முதலீட்டாளர்களும், 'இதுவரை என்ன வளர்ச்சி?' என்று குறுகிய காலத்திலேயே எதிர்பார்ப்பதும் இதற்குக் காரணங்களாக இருக்கலாம்.

பின்னால் மாற்றுவதாகவே இருந்தாலும் பரவாயில்லை, நம் போர்ட்ஃபோலியோவிற்கு முதலீடு செய்வதற்குமுன், ஒரு தெளிவான வழிமுறையை வகுத்துக்கொள்வது நல்லது.

3. எதனுடன் நம்மை ஒப்பிட்டுப் பார்த்துக்கொள்ளப் போகிறோம் (பெஞ்ச்மார்க்)?

நம் வயதை ஒத்த ஒருவர், அல்லது நம் படிப்பைப் படித்த ஒருவர் அல்லது நாம் தொழில் தொடங்கிய அதேநேரம் தொழில் தொடங்கியவர் எப்படி முன்னேறியுள்ளார் என்று ஒப்பிட்டுப் பார்த்துக் கொள்வோமில்லையா? அதேபோல பரஸ்பர நிதி நடத்துபவர்களும், அவர்களின் செயல்பாட்டினை ஒப்பிடக் கூடிய வேறுசிலவற்றுடன் பொருத்திப் பார்ப்பார்கள். ஒரே சூழ்நிலையில் அவர்களின் செயல்பாடு எப்படி என்பதுபோல. அதை முன்பே பார்த்தோம்.

பரஸ்பர நிதியில், இண்டெக்ஸ் ஃபண்ட் என்று ஒருவகை உண்டு. அதில் முதலீடு செய்யப்படும் பணத்தை, சென்செக்ஸ் அல்லது நிஃப்டியில் இடம் பெற்றிருக்கும் நிறுவனங்களின் பங்குகளை அதே வெய்ட்டேஜில் வாங்குவார்கள். இதனால், அந்த பரஸ்பர நிதியின் மதிப்பு (NAV), இண்டெக்ஸைப் அடியொற்றிச் செல்லும்.

நாம் எந்தப் பரஸ்பர நிதியிலும் சேரவில்லை. இண்டெக்ஸ் பண்டும் வாங்கவில்லை. நமக்கென நாமே ஒரு போர்ட்ஃபோலியோவை உருவாக்க விரும்புகிறோம் என்று வைத்துக் கொள்வோம்.

அப்படி ஏன் செய்யவேண்டும்? நிதி மேலாளர்கள் செய்வதை விடச் சிறப்பாக நம்மால் செய்யமுடியும் என்று நினைப்பதால் தானே?

அப்படிச் செய்யும் நமது செயல்பாடு எப்படியிருக்கிறது என்பதை ஒப்பீடு செய்து பார்த்துக் கொள்ளவேண்டும் அல்லவா? தனி நபர்கள் போர்ட்ஃபோலியோவுக்கு இது பெரிய அவசியமில்லைதான். காரணம், நாம் யாருக்கும் பதில் சொல்ல வேண்டியதில்லை. (மனைவிக்கோ, கணவனுக்கோ பிள்ளைகளுக்கோ இதைப் பற்றி தெரியாது!) இருந்தாலும் தேவையானால் ஏதாவது தொடர்புள்ள ஒரு குறியீட்டு எண்ணுடன் நம் போர்ட்ஃபோலியோவின் மதிப்பு வளர்ச்சியை ஒப்பிட்டுப் பார்த்துக்கொள்ளலாம்.

4. முதலீட்டுக்கு என்று தனியாக ஒரு தொகை

நமது பணமே ஆனாலும், கணக்கு வேண்டும். எதில் எவ்வளவு போடுகிறோம், எவ்வளவு வருகிறது என்று தெரிந்துகொள்ள வேண்டும். அதற்கான முதல் படி, பங்குச்சந்தைக்குள் முதலீடு செய்யும் பணத்துக்கு தனியாகக் கணக்கு வைத்துக்கொள்வதுதான்.

இந்த ஆண்டு 50 ஆயிரம்தான் என்றால், அதுதான். அல்லது கூடுதலாக இன்னும் ஒரு லட்சம் என்றால், அதையும் முடிவாக எடுத்து, எழுதிவைத்துக்கொள்ள வேண்டும். எந்த நேரத்திலும், பங்குகளில் அதுவரை செய்த முதலீட்டுத் தொகை எவ்வளவு என்று நமக்குத் தெரிய வேண்டும். பங்குகளில் இறங்கியிருக்கும் பலருக்கும் அவர்களின் நிலை என்ன என்றே தெரியாது என்பதுதான் நான் கண்டது. மொத்தத்தில் லாபமா, நட்டமா என்று அவர்களால் உறுதியாகச் சொல்ல முடியாது. காரணம், சரியான கணக்கு இருக்காது.

ஏதாவது ஒருமுறை நிகழும் லாபமோ நட்டமோ மனத்தில் பெரிய தாக்கத்தை ஏற்படுத்தியிருக்கும். அதன் வீச்சு காரணமாக, மொத்தமுமே அப்படி லாபம் என்றோ அல்லது அவ்வளவு நட்டம் என்றோ நினைத்துக்கொள்வார்கள். ஆனால், உண்மை நிலை மாறாக இருக்கலாம்.

'காடு விளைஞ்சிது மச்சான், நமக்கு கையும் காலும்தான் மிச்சம்' என்பதுபோல பல வருடங்களாகப் பங்குச்சந்தையில் இருப்பார்கள்; அடிக்கடி வாங்குவார்கள், விற்பார்கள்; ஆனால் நிகரமாக என்ன என்று தெரியாமல் போய், சரியான உணர்வு வரப் பெறாமல், தவறான முடிவுகளைத் தொடர்ந்து எடுப்பார்கள்.

அதைத் தவிர்க்கவேண்டும் அல்லவா.

5. பங்குச்சந்தையில் எவ்வளவு, கடன் பத்திரங்களில் எவ்வளவு?

முதலீடு பற்றித்தான் இந்தப் புத்தகம். முதலீடுகளில் நிலம், இடம், வீடு, தங்கம் என்று பல இருந்தாலும் நாம் விரிவாகப் பார்க்கப்போவது பங்குகள் பற்றித்தான்.

பங்குகளுடன் நெருங்கிய தொடர்பு கொண்டவை, ஏனைய நிதி சம்பந்தமான முதலீடுகள் (Financial Assets). வங்கி டெபாசிட்டுகள், NBC முதலீடுகள் தவிர பரஸ்பர நிதிகளில் பிக்செட் இன்கம் செக்யூரிட்டி பிளான், டெட் ஃபண்ட்ஸ் என்று பல இருக்கின்றன. இவையெல்லாம் முதலுக்கு மோசம் வராத, குறிப்பிட்ட அளவு வட்டி தரக்கூடிய முதலீடுகள். அதே சமயம் முதலீடு பெருகாத, வருமானம் எந்த நிலையிலும் அதிகரிக்காத முதலீட்டுச் சாதனங்கள்.

இதுவா, அதுவா என்றல்ல, ஒவ்வொன்றிலும் எவ்வளவு என்று முடிவு செய்ய வேண்டும். முழுவதும் பங்குச்சந்தை என்பது ஆபத்து. முழுவதும் கடன் பத்திரங்கள் என்பது வீண்.

ஆக, இதுவும் அதுவும் என்பதுதான் யாருக்குமே சரி.

வயது, குடும்பத் தேவைகள், உடல் ஆரோக்கியம் மற்றும் ரிஸ்க் எடுக்கக் கூடிய மனப்பான்மை முதலியவற்றைப் பொருத்து இதில் எவ்வளவு, அதில் எவ்வளவு என்று விகிதாசாரத்தினை முடிவு செய்ய வேண்டும்.

பரஸ்பர நிதிகளைப் பார்த்தபோது, நிதி மேலாளர்கள் ஓரளவு பணத்தினை பங்குகளில் முதலீடு செய்யாமல், ரொக்கமாகவோ அல்லது உடனடியாக எடுக்கக்கூடிய விதத்தில் கடன் பத்திரங்களாகவோ வைத்திருப்பதைக் கவனித்திருக்கலாம்.

ரொக்கம் என்பது முதலீட்டுப் பட்டியலில் முக்கிய இடம் வகிக்கும் ஒன்று. காரணம், நல்ல முதலீட்டு வாய்ப்புகள் கிடைக்கும் போது (திடீர் இறக்கங்கள், வீழ்ச்சிகள்) அவற்றைப் பயன் படுத்திக் கொள்ள, குறைந்த விலைகளில் பங்குகளை வாங்கி அடுக்க, கையில் பணம் இருக்க வேண்டும்.

எப்போதும் எவ்வளவு சதவிகிதத்தைப் பணமாக வைத்திருப்பது என்று முடிவு செய்து கொள்வது நல்லது.

6. எந்தத் துறைகளில் எவ்வளவு?

ஒவ்வொரு காலகட்டத்தில் ஒவ்வொரு துறை மிகவும் பிரகாசமாக இருக்கும். 2003 முதல் கட்டுமானம், இன்ஜினியரிங் மற்றும் மின்சாரத் துறைகள். அதே போல 2008-ல் FMCG மற்றும் ஃபார்மா துறைகள். வருங்காலத்தில் எந்தத் துறைகள் நன்றாக இருக்கும்? எதில் போடப்படும் பணம் வளர்ச்சி காணும் என்று யோசிப்பது, ஆராய்ந்து முடிவு செய்வது, எந்த நிறுவனப் பங்குகளை வாங்கலாம் என்பதைச் சரியாக முடிவு செய்ய உதவும்.

7. எத்தனை நிறுவனங்கள்?

முதலீடு செய்ய நினைத்திருக்கும் தொகை முழுவதற்கும் (உதாரணத்துக்கு 1 லட்ச ரூபாய்) ஒரே ஒரு நிறுவனப் பங்கை வாங்கலாமா? அது BHEL-லோ அல்லது L&T ஆகவே இருந்தாலும், எதற்கு வீண் ரிஸ்க்? (சத்யம் கம்பியூட்டர் உதாரணம் ஒன்று போதாது!) அதைப் பிரித்து சில நிறுவனங்களில் பரவலாகப் போடுங்கள் என்றுதான் நிபுணர்கள் ஆலோசனை சொல்வார்கள்.

எத்தனையோ விதங்களில் ஒரு நிறுவனத்தின் வியாபாரமும் லாபமும் பாதிக்கப்படலாம். எந்த ஒரு நிறுவனத்தையும், இதன் வியாபாரமும் லாபமும் நிரந்தரமானது என்று அழுத்தம் திருத்தமாகச் சொல்லவே முடியாது. உதாரணம் அமெரிக்காவின் சிட்டி பேங்க். 1,200 பில்லியன் டாலர் மார்க்கெட் கேபிடலை சேஷன் உள்ள நிறுவனம். 2007-ல் ஏகப்பட்ட நட்டம் செய்தது. காரணம் சப்-பிரைம் கடன்கள். இன்னொரு உதாரணம் பேர் ஸ்டேன்ஸ் (Bear Stearns) நிறுவனம். மே 2006-ல் 140 டாலர் விற்ற அதன் பங்குகள் மே 2008-ல் வெறும் 12 டாலர் விலை போனது. அதே சப்-பிரைம் பிரச்னைதான்.

நாம் வாங்கும் நிறுவனங்களுக்கு ஏதும் நடந்து விட்டால், நம் பணம் போய்விடும் என்கிற ஜாக்கிரதை உணர்வினால், ஒரே நிறுவனத்தில் அதிகமாக முதலீடு (Concentration) செய்யக்கூடாது என்பது சரிதான்.

இதே காரணத்துக்காகத்தான் பரஸ்பர நிதிகளுக்குக் கூட ஒரு கட்டுப்பாடு விதிக்கப்பட்டிருக்கிறது. எந்த பரஸ்பர நிதியும், ஒரு குறிப்பிட்ட நிறுவனப் பங்குகளை அதனுடைய மொத்த நிதியில்

(AUM) *10%*-க்கும் மேல் முதலீடு செய்யக் கூடாது என்பதுதான் அந்தக் கட்டுப்பாடு.

அதற்காக நூற்றுக்கணக்கான பங்குகளில் முதலீடு (Diversification) செய்து, ரிஸ்கினைக் குறைத்துக் கொள்வதாக நினைத்துக் கொள்ள வேண்டாம். அதுவும் தொந்தரவுதான். பராமரிப்பது, விவரம் அறிந்து முடிவுகள் எடுப்பது சிரமமாகிவிடும். தவிர, பெரிய முதல் பெருக்கங்களையும் பார்க்க முடியாது. ஏதாவது சில நிறுவனங்கள் நன்றாக நடக்க, வேறு சில காலை வாரும். மொத்தத்தில் சராசரியாகப் பெரிய உயர்வு கிடைக்காமல் போகலாம்.

நாம் மேலே பார்த்த சில பரஸ்பர நிதிகள் எவ்வளவு நிறுவனப் பங்குகளை வாங்கி வைத்திருக்கிறார்கள் என்று பார்க்கும் ஆர்வம் இப்போது வருமே! பார்த்துவிடலாம்.

எண்	பரஸ்பர நிதி	முதலீடு செய்திருக்கும் நிறுவனங்கள் (பங்குகள்)
1	ரிலையன்ஸ் குரோத் ஃபண்ட்	28
2	ரிலையன்ஸ் டைவர்சிபைட் பவர் செக்டர் ஃபண்ட்	26
3	ரிலையன்ஸ் லாங் டெர்ம் ஈக்விட்டி ஃபண்ட்	28
4	ரிலையன்ஸ் நேச்சுரல் ரிசோர்சஸ் ஃபண்ட்	27
5	சுந்தரம் BNP பரிபா செலக்ட் போகஸ் ஃபண்ட்	30
6	சுந்தரம் BNP பரிபா மிட்கேப் ஃபண்ட்	75
7	சுந்தரம் BNP பரிபா ஸ்மால் கேப் ஃபண்ட்	80
8	சுந்தரம் BNP பரிபா பேலன்ஸ்டு ஃபண்ட்	21
9	ஐசிஐசிஐ புருடென்ஷியல் டிஸ்கவரி ஃபண்ட்	38
10	ஐசிஐசிஐ சைட்கேர் பிளான் (கிஃப்ட்)	56
11	ஐசிஐசிஐ டெக்னாலஜி ஃபண்ட்	21

பட்டியலைப் பார்த்தால் தெரிந்திருக்கலாம். குறைந்தபட்சம் 21. அதிகபட்சம் 80. ஒன்றைக் கவனிக்க வேண்டும். பெரிய அலுவலகங்கள், ஆள், பேர், படை எல்லாம் வைத்திருப்பவர்களே 80 நிறுவனப் பங்குகளுக்கு மேல் போகவில்லை.

நமக்கு, பங்கு வர்த்தகம் முழு நேர வேலையல்ல. தவிர நாமொன்றும் அதில் விற்பன்னர்களும் இல்லை. ஏகப்பட்ட பங்குகளில் முதலீடு செய்துதான் லாபமீட்ட வேண்டும் என்றும் கட்டாயமில்லை. எதிலிருந்து வந்தாலும் பணம் பணம் தானே!

உலகத்திலேயே மிகப்பெரும் பணக்காரர் வாரன் பஃபட் என்பது தெரிந்திருக்கும். அவர் பணம் சம்பாதித்ததெல்லாம் பங்குகளில் முதலீடு செய்துதான். அவருடைய அணுகுமுறை இதில் எப்படி இருந்தது தெரியுமா? 'கான்சென்ட்ரேஷன்' தான். மனிதரிடம் இருந்ததெல்லாம் அரை டஜன் பங்குகளுக்கு மேல் இல்லையாம்.

அதிகமான நிறுவனங்கள் இல்லை; ஆனால் தேர்வு செய்த நிறுவனங்களில் அதிக அளவு முதலீடு என்பதுதான் வாரன் பஃபட்டின் வெற்றி ரகசியம்.

மொத்தம் 10 லட்ச ரூபாய் முதலீடு. நாம் தேர்வு செய்து 20 நிறுவனப் பங்குகளை வாங்கிவிடுகிறோம் என்று வைத்துக் கொள்ளுவோம். எல்லா நிறுவனப் பங்குகளிலும் சரிசமமாக முதலீடு செய்திருக்கிறோம். அப்படியென்றால் ஒவ்வொரு நிறுவனத்திலும் 50 ஆயிரம் ரூபாய்.

நாம் தேர்வு செய்தவற்றில் ஒரு நிறுவனம் மிக அற்புதமாக லாபமீட்டி அதன் விலை இரட்டிப்பு ஆகிவிடுகிறது என்றே வைத்துக்கொள்ளுவோம். நமக்கு என்ன லாபம் கிடைக்கும்? அந்த 50,000, ஒரு லட்சம் ஆகிவிடும். ஏனைய பங்குகள் விலை ஏற்றம் சுமார்தான். மொத்தப் பணமான 10 லட்சத்தில் லாபமான 50,000 என்பது வெறும் 5%.

இன்னொருவர் அதே பத்து லட்ச ரூபாயைப் பங்குகளில் முதலீடு செய்கிறார். ஆனால் அவர் 5 நிறுவனங்களின் பங்குகளை மட்டும் வாங்குகிறார். அதனால் ஒவ்வொரு நிறுவனப் பங்கிலும் அவருடைய முதலீடு இரண்டரை லட்ச ரூபாய். அவரும் நாம்

வாங்கிய பங்குகளில் இருந்துதான் ஐந்தைத் தேர்வு செய்தார். அதே போல ஒரு நிறுவனத்தின் பங்கு விலை இரட்டிப்பு ஆகிவிட்டது. அவருக்கு எவ்வளவு லாபம்? இரண்டரை லட்ச ரூபாய்தானே! மொத்தப் பணமான 10 லட்சத்தில் இரண்டரை லட்சம் என்பது 25% அல்லவா?

இதுதான் கான்சென்ட்ரேஷன் கொடுக்கும் வாய்ப்பு. இங்கே நிறுவனத் தேர்வு சரியாக இருக்க வேண்டும் என்பது மட்டுமே முக்கியம்.

ஆக, நாமும் அதே வழியில் போகலாம். ஐந்தோ பத்தோ, அல்லது அதிகபட்சம் பதினைந்தோ போதும். அதற்கு மேல் வேண்டவே வேண்டாம். அவ்வப்போது நல்ல நிறுவனங்கள் கண்ணில் படும் என்பதால், வாங்கக்கூடிய வாய்ப்புகள் வரும் என்பதால், எடுத்த உடனேயே இறுதி இலக்கான பத்து நிறுவனப் பங்குகளையோ, பதினைந்து நிறுவனப் பங்குகளையோ வாங்கிவிட வேண்டாம்.

குறைவாகவே தொடங்கலாம். குறைவான எண்ணிகையிலான நிறுவனப் பங்குகளுடன் தொடரலாம். அப்போதுதான் மேய்ப்பது சுலபம்.

8. நிறுவனங்களைத் தேர்வு செய்வது:

எல்லாம் பங்குகள்தான். துறைகூட முடிவு செய்திருக்கலாம். ஆனாலும், தேர்வு இன்னும் இருக்கிறது. எந்த நிறுவனங்கள்? ஒரே துறையில் இயங்கும் எல்லா நிறுவனங்களும் ஒன்றல்ல என்று நமக்குத் தெரியும். ஒரே துறையில் உள்ள நிறுவனங்களில் சில மிக நல்ல லாபம் பார்க்கும். வேறு சிலவோ எப்போதும் நட்டம்தான்.

பட்டியலைப் பார்த்தால், சில தலைமைப் பங்குகளின் பெயர்கள், எல்லாப் பட்டியல்களிலும் இருப்பது தெரியும். குறிப்பாக 2006 முதல் 2008 வரை, டிவிஸ் லேப், ரிலையன்ஸ் போன்ற சில பங்குகள் இருப்பது தெரியும்.

சென்ற பட்டியலில் பார்த்த 11 பரஸ்பர நிதி நிறுவனங்களிலும் எது 'நம்பர் ஒன்' முதலீட்டுப் பணத்தைப் பெற்றது என்று ஒரு பார்வை பார்க்கலாம் (மே 2008). அதில் நிச்சயம் ஏதாவது தகவல் கிடைக்கும்.

எண்	பரஸ்பர நிதி	அதிகம் முதலீடு செய்துள்ள பங்கு	முதலீட்டு அளவு %
1	ரிலையன்ஸ் குரோத் ஃபண்ட்	டிவிஸ் லேப்	4.53
2	ரிலையன்ஸ் டைவர்சிபைட் பவர் செக்டர் ஃபண்ட்	டாடா பவர்	6.37
3	ரிலையன்ஸ் லாங் டெர்ம் ஈக்விட்டி ஃபண்ட்	நிக்கோலஸ் பிரமால்	5.63
4	ரிலையன்ஸ் நேச்சுரல் ரிசோர்சஸ் ஃபண்ட்	டாடா ஸ்டீல்	5.95
5	சுந்தரம் BNP பரிபா செலக்ட் போகஸ் ஃபண்ட்	ரிலையன்ஸ் இண்டஸ்ட்ரீஸ்	9.1
6	சுந்தரம் BNP பரிபா மிட்கேப் ஃபண்ட்	வெல்ஸ்பன் குஜராத்	4.7
7	சுந்தரம் BNP பரிபா ஸ்மால் கேப் ஃபண்ட்	ஐ.என்.ஜி வைஸ்யா பேங்க்	3.0
8	சுந்தரம் BNP பரிபா பேலன்ஸ்டு ஃபண்ட்	ரிலையன்ஸ் இண்டஸ்டிரீஸ்	8.9
9	ஐசிஐசிஐ புருடென்ஷியல் டிஸ்கவரி ஃபண்ட்	டாடா டீ	6.15
10	ஐசிஐசிஐ புருடென்ஷியல் சைல்ட்கேர் பிளான் (கிஃப்ட்)	ஃபெடரல் பேங்க்	4.44
11	ஐசிஐசிஐ புருடென்ஷியல் டெக்னாலஜி ஃபண்ட்	அல்லைட் டிஜிட்டல் சர்வீசஸ் லிமிடெட்	17.71

சுந்தரம் BNP பரிபா, அதன் இரண்டு நிதிகளுக்கு ரிலையன்ஸ் இண்டஸ்ட்ரீஸ் நிறுவனப் பங்குகளை 9.1% மற்றும் 8.9% சதவிகிதங்களுக்கு வாங்கியிருக்கிறார்கள். யாருமே எந்தக் கட்டத்திலும் 10% என்ற எல்லையைத் தாண்டவில்லை.

ஐசிஐசிஐ புருடென்ஷியல் மட்டும்தான் அந்த எல்லையைத் தாண்டியுள்ளனர். *(அதெப்படி!)*

ஏப்ரல் 2008 நிலவரப்படி 252 பரஸ்பர நிதிகள் ரிலையன்ஸ் இண்டஸ்ட்ரீஸில் முதலீடு செய்துள்ளன. அதில் 150 நிதிகள், அவர்களிடம் இருக்கும் மொத்தப் பணத்தில் இருபதில் ஒரு பங்கை (5%) ரிலையன்ஸ் இண்டஸ்டிரீஸில் முதலீடு செய்துள்ளன. http://www.mutualfundindia.com/ தளத்தில் இருக்கும் தகவல்படி, கீழ்க்கண்ட அளவுகளில், பரஸ்பர நிதிகள் ஏப்ரல் 2008-ல் முதலீடு செய்திருந்தன.

எண்	நிறுவனம்	எத்தனை பரஸ்பர நிதிகள் முதலீடு செய்துள்ளன?	எத்தனை, MFs 5%-க்கும் மேற்பட்ட தங்கள் நிதியை முதலீடு செய்துள்ளன?
1	ரிலையன்ஸ் இண்டஸ்ட்ரீஸ்	252	150
2	L & T	212	40
3	SBI	194	31
4	ஐசிஐசிஐ வங்கி	207	33
5	பார்த்தி ஏர்டெல்	187	35
6	BHEL	204	15
7	ரிலையன்ஸ் கம்யூனிகேஷன்ஸ்	174	13
8	இன்போசிஸ்	161	21
9	ONGC	157	27
10	ITC	147	18

9. பங்குப் பட்டியலின் *சராசரி* PE

பி.இ. தெரியும். ஒரு பங்கு ஆண்டு ஒன்றுக்கு நிகர லாபமாக (Net Profit) எவ்வளவு சம்பாதிக்கிறது என்பதை Earnings Per Share - EPS என்பார்கள். அந்த EPS போல சந்தையில் எத்தனை மடங்கு விலை போகிறது என்பதுதான் PE.

பிரைஸ் எர்னிங் ரேஷியோ (PE Ratio) என்பது, ஆண்டு ஒன்றுக்கு இத்தனை ரூபாய் சம்பாதிக்கும் ஒரு பங்கை நாம் எவ்வளவு

ரூபாய் கொடுத்து வாங்குகிறோம் என்று காண்பிக்கும் விகிதம். (கூடுதல் விபரம் அள்ள அள்ள பணம் - 2 புத்தகத்தில்)

நாம் வாங்கும் மொத்தப் பங்குகளின் சராசரி PE என்ன என்று அவ்வப்போது போட்டுப் பார்த்துக் கொள்ள வேண்டும். சந்தையின் (சென்செக்ஸ்) PE-யைவிட நமது குறைவா அல்லது அதிகமா என்று தெரிந்து, அதையொட்டி சரி செய்துகொள்ளலாம்.

10. பீட்டா எவ்வளவு?

நமது மொத்தப் பங்குகளின் குணாதிசயம் என்ன? மார்க்கெட் தும்மினால், நம் பங்குகள் இழுத்துப் போர்த்திக்கொண்டு படுத்து விடுமா? அதாவது எவ்வளவு தூரம் சந்தையுடன் இணைந்து செல்லும் போக்கு (Beta = 1) அல்லது அதற்கு அசைந்து கொடுக்காத போக்கு (Beta < 1 or > 1)?

சந்தை எட்டடி பாய்ந்தால் (மேலோ, கீழோ, எந்தப் பக்கமும்) இவர் (நமது பட்டியல்) 16 அடி பாய்வாரா? அப்படியென்றால் Beta > 1.

குறுகிய காலத் திட்டங்களுக்கு பீட்டா = 1 அல்லது பீட்டா > 1 என்பது சரிதான். நீண்ட காலத்துக்கு அது தேவையில்லை என்பது மட்டுமல்ல, தொந்தரவாகவும் அமையலாம்.

11. நம் அணுகுமுறை ஆக்டிவ்வா, பாஸிவ்வா?

வாங்கிப் போட்டுவிட்டு நம் வேலையைப் பார்க்கப் போகிறோமா? அல்லது கூர்ந்து கவனித்து கணிசமான விலை மாற்றங்களில் விற்று வாங்கிக் குளிர்காயப் போகிறோமா? விலை உயர்ந்தால் விற்று, இறங்கினாலும் வாங்கி அதில் லாபம் பார்க்க விருப்பமா? அல்லது நல்லது என்று தேர்ந்து வாங்கியாயிற்று. இதில் எதற்கு ஐந்துக்கும் பத்துக்கும் ஆசைப்பட்டு, பதட்டப் பட்டுக் கொண்டிருக்க வேண்டும் என்று நிலையான மனத்தை உடையவராக இருக்கிறோமா? என்ன செய்ய வேண்டும்? என்ன செய்யப் போகிறோம்? முடிவு செய்துகொள்ள வேண்டும்.

4. தனி நபர்கள் போர்ட்ஃபோலியோ

பங்குகளில் டிரேடிங் செய்வதைக் காட்டிலும், முதலீடு செய்து விட்டு நல்ல பங்குகளை தொடர்ந்து வைத்திருப்பதில்தான் கூடுதல் லாபம், நன்மை என்பது சரி. நல்ல பங்குகளைத் தேர்வு செய்து சரியான சமயங்களில் வாங்கி வைத்துப் பலன் பார்ப்பவர்கள் பரஸ்பர நிதி நடத்துபவர்கள் என்பதும் சரிதான். அப்படிப்பட்ட பரஸ்பரநிதிகள் பெரிய ஊதியங்கள் கொடுத்து, நிபுணர்களை வேலைக்கு அமர்த்தி, முதல் பெருக்கத்துக்காகவும், கணிசமான வருமானத்துக்காகவும், பல்வேறு விதமான பரஸ்பர நிதிகளை நடத்துகிறார்கள் என்றும் தெரிகிறது.

இவை எல்லாமே சரி என்கிறபோது, அடுத்ததாக மனத்தில் தோன்றக் கூடியது, 'அப்படியென்றால், நல்ல பரஸ்பர நிதியாக ஒன்று இரண்டினைத் தேர்வு செய்து, அதில் முதலீடு செய்துவிட்டு 'அக்கடா' என்று நாம் பாட்டுக்கு நம் வேலையைப் பார்க்கலாமே' என்பதுதானே!

செய்யலாம்தான். தேர்வு செய்த பரஸ்பர நிதிகள் கணிசமான வருமானம் தரும். வயது கூடுதலாக இருப்பவர்கள் (இந்தக் கணக்குக்கு ஐம்பத்து ஐந்தும் அதற்குமேலும் என்று வைத்துக் கொள்ளலாம்), மகன், மகளுக்குத் திருமணம் முடித்து விட்டவர்கள், வேலையில் இருந்து பணி ஓய்வு பெற்று

விட்டவர்கள் ஆகியோர் நேரடியாகப் பங்குகளில் இறங்க வேண்டாம் என்று நினைத்தால், முழுவதும் பரஸ்பர நிதிகளிலேயே முதலீடு செய்யலாம்.

அதே சமயம், இன்னும் பலர் இருக்கிறார்கள். தாங்களே நேரடியாகவும் பங்குகளில் முதலீடு செய்யக் கூடியவர்கள். அதன் மூலம் கூடுதல் லாபம் பார்க்கலாம் என்று நினைப்பவர்கள். அவர்கள் எண்ணமும் சரிதான்.

எதற்காகப் பங்குகளில் நாமே நேரடியாக முதலீடு செய்ய வேண்டும்? பரஸ்பர நிதிகளில் இருந்து, நேரடி முதலீடு எந்த விதத்தில் வேறுபடுகிறது?

தனி நபர்கள் வேறு, பரஸ்பர நிதிகள் வேறு

பரஸ்பர நிதி என்பது ஓர் அமைப்பு. அது நாமில்லை. வேறு யாரோ நடத்துகிறார்கள். அவர்களின் சட்டதிட்டங்கள், விதி முறைகள், கட்டுப்பாடுகள் எல்லாம் வேறு. மேலும் முதலீட்டு நோக்கங்கள்கூட நமது தனிப்பட்ட நோக்கங்களில் இருந்து நிச்சயம் வித்தியாசப்படும்.

பரஸ்பர நிதி என்பது ஆயத்த ஆடை (ரெடிமேடு சட்டை) போல. நேரடி முதலீடு என்பது தனிப்பட அளவெடுத்து, நம் விருப்பப் படித் தைத்துக்கொள்ளும் ஆடை. சராசரி வருமானத்துக்கு பரஸ்பர நிதி போதும்.

அதென்ன பரஸ்பர நிதியில் சராசரி என்பது?

பரஸ்பர நிதியில், முன்பின் தெரியாத எத்தனையோ ஆயிரக் கணக்கானவர்களிடம் இருந்து பெறப்பட்ட பணம், ஒரு நிறுவனத்தால் முதலீடு செய்யப்படுகிறது. அதனால்,

அ) எடுக்கப்படும் முடிவுகள், நம் ஒருவரின் நலன், தேவையைப் பொருத்து அமைய முடியாது. நம் ஒருவரின் எண்ணம், ரிஸ்க் எடுக்கும் மனப்பான்மையை வைத்து முடிவுகள் எடுக்கப் படாது. அங்கே பலருக்கும் எது சரியென்று வருகிறதோ, முக்கியமாக எதைச் சரியென்று காட்ட முடியுமோ அதைத் தான் செய்வார்கள்.

ஆ) நம் தனிப்பட்ட கருத்துகளுக்கு பரஸ்பர நிதிகளில் இடம் இல்லை. நமக்கும் பரஸ்பர நிதி நிர்வாகத்துக்கும்

தொடர்பில்லை. மிக நன்றாக வரும் என்று நாம் நினைக்கும் சில பங்குகள், எந்த பரஸ்பர நிதியிலும் இல்லாமல் போகலாம். அல்லது சொற்ப எண்ணிக்கையில் இருக்கலாம்.

இ) நட்டங்களுக்கு அவர்கள் பொறுப்பில்லை. நட்டம் செய்வது அவர்கள் நோக்கமில்லைதான். நம்பலாம். உண்மையாகத்தான் உழைப்பார்கள். ஆனாலும் நட்டம் வந்தாலும், வரும். அதற்கு அவர்கள் பொறுப்பில்லை. நட்டம் என்று தெரிவிப்பார்கள். வேண்டுமானால் கொஞ்சம் வருத்தத்துடன். வேறு ஏதும் செய்ய மாட்டார்கள். செய்ய முடியாது.

ஈ) பங்குச்சந்தையில் நேரடியாக வாங்கும்போதும் விற்கும் போதும் தரகுக் கட்டணங்கள் உண்டு. அதேபோல பரஸ்பர நிதியிலும், நுழைவு மற்றும் வெளியேறும்போது கொடுக்க வேண்டிய தொகைகள் (Entry load/ Exit load) உண்டு. அதனால் விற்கும்போதோ, வாங்கும்போதோ, ஒன்றிலிருந்து இன்னொன்றுக்கு மாற்றும்போதோ, ஒவ்வொரு முறையும் கட்டணம் கொடுக்க வேண்டி வரும். பங்குச்சந்தை தரகுக் கட்டணங்களைவிட, பரஸ்பர நிதியில் கட்டண விகிதம் கூடுதல்.

உ) பரஸ்பர நிதிகளின் நிதி மேலாளர்கள் திறமையானவர்கள் தான். ஆனாலும் அவர்கள் முடிவுகள் தவறாகவும் போகக் கூடும்.

ஊ) தனிநபர் தனது பணத்துக்கு எடுக்கும் அளவு, பொதுப் பணத்தை நிர்வகிக்கும் நிதி மேலாளர் தைரியமாகச் சில முடிவுகளை எடுக்க முடியாது. அது அவரது வேலைக்கு ஆபத்தாகிவிடும். அதனால் அவர் நோக்கங்களில் நீண்ட காலம் தவிர, குறுகிய காலம், இடைப்பட்ட காலம் ஆகியவற்றிலும் கவனம் செலுத்த விரும்புவார். அதனால் அவர் எடுக்கும் முடிவுகள் நீண்டகாலத்தில் அதிகப் பணம் செய்வதாக இருக்க முடியாது.

எ) பரஸ்பர நிதி 'ஓபன் எண்டட்' ஆக இருக்கும்பட்சம் (எப்போது வேண்டுமானாலும், நிறுவனத்தை அணுகி, புதிய யூனிட்டுகளை வாங்கலாம் அல்லது கையில் இருக்கும் யூனிட்டுகளை நிறுவனத்திடம் விற்கலாம் என்ற முறை), பங்குச்சந்தை வீழ்ந்தால், பலரும் தங்கள் பரஸ்பர நிதி யூனிட்டுகளைக் கொடுத்து பணத்தைத் திருப்பிக் கேட்பார்கள் (Redemption). அதுபோன்ற சமயங்களில் நிதி மேலாளர்

கள், தங்கள் கையில் உள்ள பங்குகளை விற்க வேண்டி வரும். Redemption Pressure என்பார்கள். இதனால், நிதி மேலாளர்களால், அந்தச் சமயத்தில் கிடைக்கும் நல்ல பங்குகளை வாங்கமுடியாமல் போய்விடும். எனவே நீண்டகால நோக்கில், அதிக வருமானம் கிடைக்காமல் போய்விடும்.

தனிநபர் போர்ட்ஃபோலியோக்கள்

பங்குச்சந்தையில் முதலீடு செய்திருப்பவர்கள் எவருமே, நிச்சயமாகச் சில பங்குகளிலாவது முதலீடு செய்திருப்பார்கள். ஒரு வரிடம் இருக்கும் பங்குகளின் பட்டியலைத்தான், பங்குச்சந்தை வார்த்தைகளில், போர்ட்ஃபோலியோ என்பார்கள்.

போர்ட்ஃபோலியோ என்றால் என்ன என்று சிலருக்குத் தெரியாமல் இருக்கலாம். மத்திய அரசோ, மாநில அரசோ. அதற்கு ஒரு தலைவர் இருப்பார். பிரதமர் அல்லது முதல்வர். அவர்களுக்குக் கீழ் ஓர் அமைச்சர் குழு (சில இடங்களில் ஒரு பட்டாளமே!) இருக்கும்.

அவர்கள் ஒவ்வொருவருக்கும் ஒரு துறையினைக் கொடுப்பார்கள். நிதி (பைனான்ஸ்) ராணுவமும் மற்றும் தேசப் பாதுகாப்பு (டிபென்ஸ்), தொழில்துறை (இண்டஸ்ட்ரீஸ்) என்பது போல. அவற்றை போர்ட்ஃபோலியோ என்பார்கள். போர்ட்ஃபோலியோ என்பது ஒரு குறிப்பிட்ட பட்டியல்.

நாம் முன்பு பார்த்த பரஸ்பர நிதிகள் எல்லாமே ஆளுக்கு ஒரு போர்ட்ஃபோலியோ வைத்திருக்கின்றன. போர்ட்ஃபோலியோ என்பது முதலீடு செய்திருக்கும் நிறுவனங்களின் பட்டியல். வெறும் பெயர்ப் பட்டியல் அல்ல; எதில் என்ன விகிதங்களில், எப்போது, என்ன விலையில் இருந்து என்கிற விவரமான பட்டியல்.

ஒரே நிறுவனம் வெவ்வேறு பரஸ்பர நிதிகளின் முதலீட்டுப் பட்டியலில் இருக்கலாம். சில பரஸ்பர நிதிகள், தங்களின் பணத்தில் 5-10 சதவிகிதத்தை ஒரு குறிப்பிட்ட நிறுவனத்தின் பங்கில் போட்டிருக்கும். வேறு சில, வெறும் 1 அல்லது 2 சத விகிதம் மட்டுமே முதலீடு செய்திருக்கும். சில அந்தத் திசையையே பார்த்திருக்காது. அந்த நிதி எவ்வளவு பணம் ஈட்டுகிறது என்பது, அதன் பட்டியலில் (போர்ட்ஃபோலியோவில்) இருக்கும் பங்குகளின் திறமை, செயல்பாடு முதலியவற்றைப் பொருத்தது.

ஒரு நல்ல கிரிக்கெட் வீரரைத் தேர்வு செய்து விடலாம். அவரை எத்தனையாவது வீரராக பேட்டிங் செய்யக் களம் இறக்கு கிறோம் என்பதைப் பொருத்துத்தான் அவரால் எத்தனை ஓட்டங் கள் சேர்க்க முடியும் என்பது முடிவாகிறது. டெண்டுல்கரையோ, தோனியையோ அணியில் சேர்த்துக்கொண்டு, 9 வது விக்கெட் விழுந்தபிறகு, கையில் 3 ஓவர்கள் மட்டுமே பாக்கி இருக்கும் போது அவர்களை ஆட அனுப்பினால், அவர்களால் என்ன பெரியதாக செய்துவிட முடியும்?

வீரர்கள் முக்கியம். அதே சமயம் அவர்களை எப்படிப் பயன் படுத்துகிறோம் என்பதும் முக்கியம். அதைப்போன்றே, பரஸ்பர நிதி போர்ட்ஃபோலியோக்களில், என்ன பங்குகள் என்பதுடன், எவ்வளவு, எப்போது வாங்குவது (குறைந்த விலையில்) என்பன வும் முக்கியம். நல்ல அமைச்சரவை போல, நல்ல விளை யாட்டுக் குழு போல, நல்ல பங்குகளை அவ்வப்போது வாங்கி சேர்த்துக்கொண்டே வருவதுதான், நமக்கென்று ஒரு போர்ட் ஃபோலியோவை உருவாக்குவது.

2008-ம் ஆண்டு நடைபெற்ற IPL கிரிக்கெட் போட்டிகளுக்காக, விளையாட்டு வீரர்களை ஏலத்தில் எடுத்தார்களே! 'தோனியா? 6.2 கோடி ரூபாய் கூடக் கொடுக்கத் தயார்' என்றார்களே சென்னை சூப்பர் கிங்ஸ் அணியினர், எதற்காக? அதிகப் பணம் கொடுத்து எடுத்தது எந்த தைரியத்தில்? அவர் நன்றாக விளையாடுவார். அவரைப் பார்க்கக் கூட்டம் கூடும், பணம் வசூலாகும் என்கிற கணக்கில்தானே!

ஆனால், அதே சமயம், ராஜஸ்தான் ராயல்ஸ் அணியில் ஷேன் வார்ன், கிரீம் ஸ்மித், முனஃப் பட்டேல் போன்றவர்களை எடுத்தார் கள். அதிகம் செலவு செய்யவில்லை. ஆனால் கிடைத்ததோ பிரமாத மான ரிசல்ட். அவர்கள்தான் கோப்பையைத் தட்டிச் சென்றார்கள்.

சிலருடைய போர்ட்ஃபோலியோக்கள் மிகவும் வலுவானவை. சிலருடையது சொத்தையானவை. செல்வம் சேர்க்கும் சூட்சுமம், நல்ல போர்ட்ஃபோலியோவை உருவாக்குவதில்தான் இருக்கிறது.

இது பணத்தால் கட்டும் கட்டடம்

ஒரு கட்டடம் என்பது செங்கல், சிமெண்ட், மரம், கிரானைட் கற்கள் போன்றவற்றால் கட்டப்படுவது போல, ஒருவரது

போர்ட்ஃபோலியோ என்பது, அவர்கள் வாங்கிச் சேர்க்கும் பலவிதமான சொத்துகளால் (Assets) ஆனது.

வீடு, இடம், நிலம், தங்கம், காப்பீடு, பரஸ்பர நிதிகள், பங்குகள், வங்கி வைப்புகள் என எல்லாம் சேர்ந்ததுதான் போர்ட் ஃபோலியோ. எல்லாம் வேண்டும். எதுவும் விட்டுப்போய் விடக் கூடாது. நபருக்கு நபர் தேவைகள், வசதி, விருப்பங்கள் பொருத்து அவற்றின் அளவுகள் , விகிதாசாரங்கள் மாறலாம். ஆனால் எல்லாம் வேண்டும்.

கையில் பணம் இருக்கிறபோது, அல்லது குறிப்பிட்ட சொத்துக் கள் குறைந்த விலையில் கிடைக்கிறபோது வாங்கி விடலாம். இது ஒரு முறை. எல்லோராலும் செய்ய முடியாத முறை. ஆனால், பெரும்பாலானவர்கள் செய்யக் கூடியது, எஸ்.ஐ.பி. (SIP) எனப்படும் சீரான தொடர் முதலீடுதான்.

தொடர் முதலீடு என்பது சீராகத்தான் (மாதம் ஒருமுறை, 3 மாதங்களுக்கு, 6 மாதங்களுக்கு ஒரு முறை, வருடத்துக்கு ஒரு முறை) இருக்கவேண்டும் என்பதில்லை. பணம் கிடைக்கிற போதெல்லாம் என்பதாகவும் இருக்கலாம். ஒவ் வொரு முறை முதலீடு செய்யும் தொகையும் சிறியதாகக்கூட இருக்கலாம்.

மாதம் 500, 1000 ரூபாய் என்று சேமித்து என்ன பெரியதாக ஆகிவிடப் போகிறது என்று சிலர் நினைக்கலாம். அல்லது அதைப் பற்றி நினைக்காமலேயே இருக்கலாம். இரண்டுமே தவறு. ‘சிறு துளி பெருவெள்ளம்’ என்பதெல்லாம் ஒன்றும் காலாவதி ஆகிப்போன பழைய பஞ்சாங்கம் இல்லை. என்றைக்கும் வழிகாட்டும் சக்திமிக்க வார்த்தைகள் அவை.

ஒரு சாதாரணக் கணக்கைப் பார்த்தால் இது புரிந்து விடும். ஒருவர் மாதம் 1,000 ரூபாய் சேமிக்கிறார். இன்றைய தேதியில், இது சாத்தியமான ஒன்றுதான். அவர் அந்தச் சேமிப்பை எதற்காகவும் எடுக்கவே கூடாது. தொடர்ந்து விட்டுவைக்க வேண்டும். அப்படிச் செய்தால், அது எவ்வளவு பணமாகப் பெருகும்?

வெறும் 6 சதவிகிதம் மட்டுமே வட்டி கிடைக்கும் விதமாக முதலீடு செய்தால்கூட, அந்தப் பணம், 30 வருடங்களில் 10 லட்ச ரூபாய் ஆகிவிடும்.

கொஞ்சம் முயன்று ஆண்டுக்கு 10 சதவிகிதம் வட்டி கிடைக்கு மாறு செய்தால் (சாத்தியம் தான்) அதே மாதம் 1,000 ரூபாய், 360 மாதங்களில் 23 லட்ச ரூபாய் ஆகிவிடும். அதே அளவு பணத்தைச் சரியான பங்குகளில் பங்குச்சந்தையில் தொடர்ந்து 30 ஆண்டு காலம் முதலீடு செய்தால், குறைந்தபட்சம் ஆண்டுக்கு 15 சத விகிதமாவது கிடைக்காது?

பங்குச்சந்தையோ வேறு எந்த முதலீடோ, 30 வருடங்களில் மாதம் 1,000 என்று, 15% வளர்ச்சி தரும் திட்டங்களில் முதலீடு செய்தால், இறுதியில் அது 69 லட்சம் ரூபாயாகிவிடும்.

இதுதான் Power of saving என்பது. இதில் மூன்று முக்கிய அம்சங்கள் உள்ளன.

- தொடர்ந்து செய்வது
- நீண்டகாலம் செய்வது
- பணம் பெருகும் இடத்தில் முதலீடு செய்வது.

பார்க்கப்போனால், 69 லட்சம் என்பதேகூடக் குறைவுதான். 360 மாதங்களில் முதல் மாதம் 1,000 முடியும் என்றால், 25, 50, 100, 150-வது மாதங்களிலும் கூட அதே ரூ. 1,000 தானா முடியும்? போகப் போக, சேமிப்பை அதிகப்படுத்திக்கொண்டே போகமுடியுமே! அப்படிச் செய்துகொண்டே வந்தால், எவரும், குறிப்பிட்ட காலத்துக்குள் தன் வாழ்க்கைத் தரத்தை நிச்சயம் உயர்த்திக்கொள்ள முடியும். கோடிகளை நிச்சயம் தொடலாம்.

எல்லாமே பங்குதானா?

நம்முடைய நோக்கம், எதிர்காலத்துக்காகச் செல்வம் சேர்ப்பது. அதே சமயம் நடப்புக்காலத் தேவைகளையும் நிறைவு செய்துகொள்வது. இரண்டும் அவசியம்.

சமூக, பொருளாதார மாற்றங்கள் தொடர்ந்து நடைபெற்றுக் கொண்டே இருக்கும். அதனால் வருங்காலம் என்பது எந்த ஒரு கணக்கிலும் சிக்காது. எவராலும் ஓரளவு கணிக்க முடியுமே தவிர, மிகச் சரியாக இப்படித்தான், இவ்வளவுதான் என்று அறுதியிட்டுச் சொல்லவே முடியாது. நன்றாக இருக்கும் தொழில்கள் படுக்கும். ஏதோ ஒன்று புதியதாகக் கிளம்பும். இதுபோன்ற காரணங்களால், எந்த ஒரு முதலீட்டு வாய்ப்பையும் அதிகம் நம்பிவிடாமல், பரவலாகச் செய்ய வேண்டியது அவசியமாகிறது.

அசெட் அலெக்கேஷன் / பணப் பங்கீடு

எதில் எவ்வளவு முதலீடு செய்வது என்பதை ஒரு கணக்கு போலவே திட்டமிட்டு செய்ய முடியும். பெரிய நிறுவனங்கள் அப்படித்தான் செய்கின்றன. மொத்தப் பணத்தில் எதற்கு எவ்வளவு என்று பிரிக்கும் வேலைக்கு, 'அசெட் அலெக்கேஷன்' (Asset Allocation) என்று பெயர்.

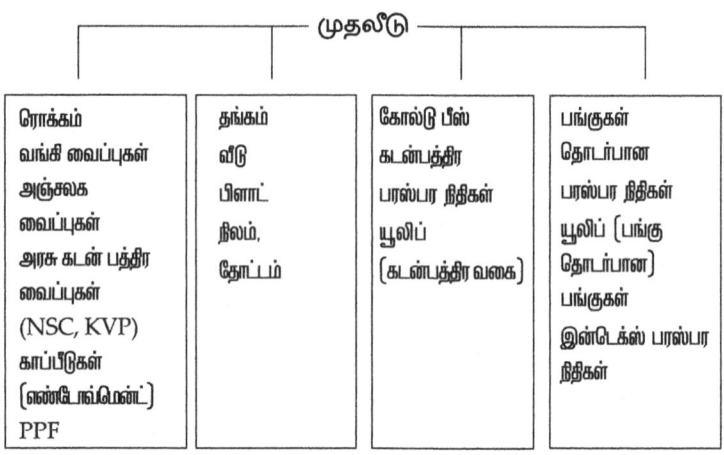

முதலீடு

ரொக்கம் வங்கி வைப்புகள் அஞ்சலக வைப்புகள் அரசு கடன் பத்திர வைப்புகள் (NSC, KVP) காப்பீடுகள் (எண்டோவ்மெண்ட்) PPF	தங்கம் வீடு பிளாட் நிலம், தோட்டம்	கோல்டு பீஸ் கடன்பத்திர பரஸ்பர நிதிகள் யூலிப் (கடன்பத்திர வகை)	பங்குகள் தொடர்பான பரஸ்பர நிதிகள் யூலிப் (பங்கு தொடர்பான) பங்குகள் இன்டெக்ஸ் பரஸ்பர நிதிகள்

'பணப் பங்கீடு' என்றோ அல்லது அதைவிடச் சுலபமாக 'பிரித்துப் போடுதல்' என்றோ குறிப்பிடலாம். இனி முதலீடு செய்வதற்கு என்னென்ன வாய்ப்புகள் இருக்கின்றன என்பதை ஒரு பட்டியல் செய்துவிட்டு, எதற்கு எவ்வளவு என்கிற பிரிவினைக்குப் போகலாம்.

நமக்கென்று அளவெடுத்து, நம் ரசனைக்கு ஏற்பத் தைத்துக் கொள்ளும் உடைகள் போல, நமது நிலைமை மற்றும் தேவை களைக் கணக்கில் எடுத்துக்கொண்டு, குறிப்பிட்ட விதமாக, பணத்தைப் பிரித்துப் போடலாம். அப்படிப் போடும்போது எவற்றையெல்லாம் கவனத்தில் கொள்ள வேண்டும்?

பிரித்துப் போடுதல்

பிரித்துப் போடுவதற்குமுன், சில தகவல்களை நாம் சேகரித்தாக வேண்டும்.

எல்லாம் நம்மைப் பற்றிய தகவல்கள்தான்.

1. நம்மிடம் எவ்வளவு செல்வம் இருக்கிறது?

ஒரு நோட்டுப் புத்தகத்திலோ, கனிணியிலோ பட்டியலிடலாம். இது ஒரே நாளில் முடியக்கூடிய வேலையல்ல. அவ்வப்போது நினைவு வரலாம். எல்லாவற்றையும் துல்லியமாக எழுத வேண்டும். இந்தப் பழக்கம் பலரிடம் இல்லை என்பதே உண்மை.

வீடு, நிலம், தங்கம் போன்றவற்றுக்கு உத்தேச மதிப்பீடுகள் போட்டுக் கொள்ளலாம். மற்றவர்களுக்கும் உரிமை (சகோதர, சகோதரிகள்) இருக்கும் பட்சம் அவற்றைக் கழித்துவிடலாம். வரவேண்டியவற்றில் நிச்சயம் வரக்கூடியவற்றையும் மட்டும், அந்த அளவு மட்டும், எடுத்துக் கொள்ளலாம்.

2. நம் தற்போதைய வருமானம் எவ்வளவு?

நம் சொத்துமதிப்பு என்பது வேறு. வருமானம் என்பது வேறு.

நம்முடைய ஊதியம் அல்லது வியாபாரத்திலிருந்து வரும் வருமானம் (மட்டும்) எவ்வளவு. தவிர நமது முதலீடுகளில் இருந்து வரும் வருமானம், நமது கணவனோ, மனைவியோ கொண்டு வரும் வருமானம் எவ்வளவு? இவற்றின் போக்கு வரும் சில ஆண்டுகளுக்கு எப்படியிருக்கும்?

3. நாம் கொடுக்க வேண்டியது எவ்வளவு?

நாம் மற்றவர்களுக்குக் கொடுத்தாக வேண்டிய தொகைகள் எவ்வளவு? இதில், கட்டாயம் செலவு செய்தாகவேண்டிய வற்றையும் சேர்த்துக்கொள்ள வேண்டும். பிள்ளைகள் திருமணத் துக்கு, படிப்புக்கு என்பது போல.

4. நம் வருங்கால வருமானம் எவ்வளவாக இருக்கும்?

அடுத்த 5, 10 ஆண்டுகளில், நமது வருங்காலத்தில் வருமானம் (கணிக்கக் கூடிய) எவ்வளவு ஆக இருக்கும். மாத, ஆண்டுக் கணக்கில் பிரித்து எழுதிக்கொள்ள வேண்டும். இங்கேயும் யதார்த்தமாக, நடைமுறைச் சாத்தியங்களைத்தான் எழுதிக் கொள்ள வேண்டும். நம் விருப்பங்களை அல்ல!

5. நம் செலவுகளின் போக்கு எப்படியிருக்கும்? (மாத, ஆண்டு)

6. நாம் எதிர்நோக்கும் முக்கிய நிகழ்வுகள் என்ன?

அதாவது, நாம் எதிர்பார்க்கும் செலவு வைக்கும் நிகழ்வுகள் என்ன, எப்போது வரும், எவ்வளவு செலவாகும்? அதேபோல நாம் எதிர்பார்க்கும் வரவைத் தரும் முக்கிய நிகழ்வுகள் என்னென்ன? எப்போது வரும்? எவ்வளவு வரவு கிடைக்கும்?

7. பணி ஓய்வு எப்போது? அப்போதைய விருப்பங்கள் என்ன?

(காணி நிலம் வேண்டும். தென்னை மரங்கள் வேண்டும்... என்று பாரதி பாடியது போல!)

8. சுற்றுலாத் திட்டங்கள் (அமெரிக்கா, சிங்கப்பூர்!), தர்ம சிந்தனைகள் என்ன? அதற்கான செலவுகள் என்னவாக இருக்கும்?

9. எவ்வளவுக்குக் காப்பீடு எடுத்திருக்கிறோம். எவ்வளவு தேவை? இன்னும் எவ்வளவுக்கு எடுக்கவேண்டும்?

இவையெல்லாம் பணம் தொடர்பான தகவல்கள் மட்டுமே. இந்தத் தகவல்களுடன், மேலும் சில தகவல்களும் அவசியம். அவற்றையும் கணக்கில் எடுத்துகொண்டபிறகுதான் அசெட் அலெக்கேஷன் செய்ய வேண்டும்.

★ நம் வயது என்ன?

குறைவான வயது என்றால் அதிக ரிஸ்க் எடுக்கலாம். வயது அதிகரிக்க அதிகரிக்க, ரிஸ்கைக் குறைத்துக்கொள்ளவேண்டும்.

★ நம் நிலைமை எப்படி?

நமது குடும்பம், நம்மை நம்பி இருப்பவர்களின் தேவைகள், எப்போது அந்தத் தேவைகள் வரும் என்பதைப் பொருத்து, முதலீடுகளை முடிவு செய்ய வேண்டும். நமது உடல் நலம் எப்படி? நமது வருமானத்தின் நிச்சயத்தன்மை எவ்வாறு உள்ளது? (அரசு வேலை என்றால் ஓய்வூதியம் உண்டு என்பது போல.)

★ நம் மனப்பான்மை எப்படி?

நம்மால் விலை ஏற்ற இறக்கங்களை பார்த்துக்கொண்டு பொறுமையாக இருக்க முடியுமா? நாம் ரிஸ்க் எடுக்கும் தைரியம் உள்ளவரா? அல்லது சந்தை/ விலை இறக்கங்களால் மன உளைச்சலுக்கு ஆளாவோமா?

★ நம் எதிர்பார்ப்புகள் என்ன?

ஒரு முதலீட்டில் இருந்து நாம் எதிர்பார்ப்பது என்ன? மிக அதிகபட்ச வருமானமா? அல்லது மிதமான வருமானமா? முதல் பாதுகாப்பு நமக்கு முக்கியமா? அல்லது அதிக வருமானமா?

வேண்டிய தகவல்களைப் பார்த்தாயிற்று என்று வைத்துக்கொள் வோம். அடுத்து என்ன செய்வது?

அ) எதிர்பாராத உடனடித் தேவைகளுக்கு

அவசரம் எவருக்கும் வரும். மருத்துவச் செலவுகளை வேண்டு மானால், மருத்துவக் காப்பீடு கொண்டு சமாளித்து விடலாம். ஆனால் இன்னும் பல எதிர்பாராத தேவைகள் வரலாம்.

அதனால், கூப்பிட்ட குரலுக்கு ஓடிவரக்கூடிய உதவியாளைப் போல கொஞ்சமேனும் பணத்தை ரொக்கமாக வைத்துக்கொள்ள வேண்டும். வங்கி வைப்புகள், கடன் பத்திரங்கள் தொடர்பான பரஸ்பர நிதிகளில் போட்டு வைக்கலாம். இவற்றுக்குக் கிடைக்கும் வருமானம் நிச்சயம் குறைவாகத்தான் இருக்கும். இருந்தாலும் பரவாயில்லை. ஒருவருடைய மூன்று மாத ஊதியம் அளவுக்காவது பணமாக - அல்லது உடனடியாகப் பணமாகக் கூடிய விதத்தில் - முதலீடு செய்துவைக்க வேண்டும்.

ஆ) பாதுகாப்பான முதலீடுகள்

வருங்காலம் என்பது முக்கியம் என்பதால், ஓரளவு பணத்தை, கூடுதல் வருமானம் வராவிட்டாலும் பரவாயில்லை, முதல் பாதுகாப்பாக இருக்கவேண்டும் என்று, கடன் பத்திரங்கள் முதலியவற்றில் போட்டுவைக்க வேண்டும். இதில் குறைவாகக் கிடைக்கும் வருமானம், ஒருவர் தெரிந்தே கொடுக்கிறவிலை, ஏற்றுக்கொள்ள வேண்டிய ஒன்று. அதிலும் வயது 50-க்கும் அதிகமானவர்கள், நிச்சயம் தங்கள் மொத்தச் செல்வத்தில் 50 சதவிகிதத்தினை இப்படிப்பட்ட முதலீடுகளில்தான் போடவேண்டும்.

இ) வளர்ச்சிக்கான முதலீடுகள்

முதல் பெருக்கத்துக்கு நம் முதலீடு நல்ல வளர்ச்சி காண வேண்டும் என்றால், Catch them young கொள்கைதான் உதவும். விலை இன்னும் உயராத, ஆனால் வருங்காலத்தில் உயரக்கூடிய முதலீடுகளில் பணத்தைப் போட வேண்டும்.

அது நிலமாகவோ அல்லது பங்குகளாகவோ இருக்கலாம். அப்படி வருங்காலத்தில் மதிப்பு அதிகரிக்கக் கூடியவற்றில் முதலீடு செய்துவிட்டு, இடையில் வருமானத்தை எதிர்பார்க்க முடியாது. அதனால் விட்டு வைக்கக்கூடிய பணத்தை மட்டுமே அப்படிப்பட்டவற்றுள் முதலீடு செய்ய வேண்டும்.

வயது குறைவானவர்கள், 50 சதவிகிதத்துக்கும் மேலான பணத்தைக் கூட, இந்தப் பகுதியில் முதலீடு செய்யலாம். இந்த வகை முதலீடுகளில் குறுகிய காலத்தில் ரிஸ்க் இருக்கலாம். ஆனால் நீண்டகாலத்தில் நிச்சயம் பலன் கிடைக்கும்.

மேலே சொன ஒவ்வொரு பகுதியையும் முடிவு செய்தபின், ஒவ்வொரு வகையிலும் உள்ள பல்வேறு முதலீட்டு வாய்ப்பு களையும் ஓர் அலசு அலசிப் பார்த்துவிட வேண்டும்.

முதலீடுகளைப் பொருத்தமட்டில் கீழ்க்கண்ட கேள்விகளுக்கும் பதில்கள் தேவை:

- பணம் தேவைப்படும்போது சீக்கிரம் திரும்ப எடுக்க முடியுமா? அதாவது, அவசரத்துக்குக் காசாக்க முடியுமா? முடியாதா?
- போடுகிற பணம் பத்திரமாகத் திரும்பக் கிடைக்குமா? முதலுக்கு உத்திரவாதம் உண்டா?
- அவசரத்துக்கு விற்றால், முழுப்பணமும் கிடைக்குமா? அல்லது ஏதேனும் கழிவுகள் போகுமா? (குறிப்பிட்ட காலத் துக்கு வங்கி வைப்பில் போட்டுவிட்டு, காலம் முடிவதற்கு முன்பாக எடுத்தால் வட்டி குறையும்.)
- அதன் குறைந்தபட்ச காலம் Lock in Period - எவ்வளவு?
- முதலுக்கு ஏதும் காப்பீடு உண்டா?
- முதலீட்டுக்கு வரிவிலக்கு உண்டா? அல்லது அதன் வரு மானத்துக்குக் கட்ட வேண்டிய வரிகள் எவ்வளவு?
- முதலீடுகள் முதல் பெருக்கம் அடையுமா அல்லது முதல் அதிகமாகாவிட்டாலும் தொடர்ச்சியாக வருமானம் தருமா? அல்லது இரண்டுமா?
- முதலீடுகள் எவ்வளவு வருமானம் தரவல்லவை?
- வருமானம் நிச்சயமா? (கடன் பத்திரங்கள், வைப்பு நிதிகளில் நிச்சயம், ஆனால் பங்குகளில் நிச்சயமில்லை.)

- வருமானம் அதிகரிக்க வாய்ப்புண்டா?
- வாங்குவது, வைத்துக் கொள்வது, சிக்கல் நிறைந்ததா அல்லது சுலபமா? (பங்குகள் டிமேட்டில் - சுலபம். வெளியூர்களில் நிலம் என்றால் சிரமம் வரலாம். நிலம் என்றால் வேறு சில பிரச்னைகளும் இருக்கலாம். யாராவது அந்த இடத்தை ஆக்ரமிப்பு செய்யலாம்.)

பொருத்துதல்

நாம் எல்லோருமே வெவ்வேறானவர்கள். நமது நிலைமை, தேவைகள், நோக்கங்கள், மனப்பாங்கு போன்றவை வேறுபடுவதால் 'இப்படித்தான்' என்று எவருக்கும் பொருந்தும் ஒரு 'மாதிரி' பிரித்துப் போடுதலை (Model Asset Allocation) நான் இங்கே காட்டப்போவதில்லை.

இதனைச் செய்வது ஒன்றும் பெரிய சிரமமல்ல. செய்யத் தேவை, பொறுமையும் அதற்கான அக்கறையும்தான். விவரம் தெரிந்த நண்பர்களது உதவியைக் கேட்டு இதனைச் செய்யுங்கள். பங்குத் தரகு நிறுவனங்களில் பைனான்ஷியல் கன்சல்டன்ட் (Financial Consultant) என்றே சிலர் இருக்கிறார்கள். காப்பீட்டு நிறுவனங்களின் முகவர்களிடமும் விசாரிக்கலாம்.

இந்தப் புத்தகத்தின் நோக்கம், நல்ல பங்குகளை விடாமல் நீண்ட காலத்துக்கு வைத்திருந்து, எப்படிச் செல்வம் சேர்ப்பது என்பதுதான். எனவே, மொத்தப் பிரித்துப் போடுதலில் எவ்வளவு பணம் பங்குக்கு என்று இந்நேரம் இந்தக் கட்டத்தில் நீங்கள் முடிவு செய்திருப்பீர்கள். இனி அடுத்த கட்டத்துக்குப் போவோம்.

5. பங்குகள் எனும் சொத்து

பெரியதாக செல்வம் சேர்க்க நினைப்பவர்கள் பொதுவாக என்ன செய்வார்கள்? வியாபாரங்கள்/ நிறுவனங்கள் தொடங்குவார்கள். ரிலையன்ஸின் அம்பானி, இன்போசிஸின் நாராயணமூர்த்தி போன்றவர்கள் இதற்கு உதாரணங்கள். முதலில் சிறியதாக ஆரம்பித்து, பின் படிப்படியாக வளர்ந்து, பிறகு, பெரிய வியாபாரங்கள், தொழிற்சாலைகள், விநியோக நிறுவனங்கள் என்று அவர்களுக்கு விருப்பமும் திறனும் இருக்கும் துறையாகப் பார்த்து, செய்வார்கள். அதற்குத் தேவையான பணத்தை மூலதனமாகக் கொண்டுவருவார்கள். தொழிலில் தங்கள் புத்திசாலித்தனத்தையும் உழைப்பையும் கொட்டுவார்கள். நிறுவனம் வளரும். கூடவே நிறுவனத்தின் மதிப்பும், அதனால் நிறுவனத்தின் பங்கு விலைகளும் உயரும்.

ஆரம்பிக்கப்படும் எல்லா நிறுவனங்களும் ஒரே போல நடப்பதில்லை. சில அல்ல. பல நட்டம் காணுகின்றன. சில சிறப்பாகச் செயல்படு கின்றன.

அடிப்படையில் எந்த நிறுவனம் சிறப்பாகச் செயல்படுகிறது? அப்படிப்பட்ட நல்ல நிறுவனங் களை முதலீடு செய்வதற்காக நாம் எப்படிக் கண்டுபிடிப்பது?

சென்செக்ஸ் மற்றும் நிப்டி

மும்பை பங்குச்சந்தையில் ஆயிரக்கணக்கான பங்குகள் பட்டியலிடப்பட்டு தினசரி அவற்றின் பரிவர்த்தனையும் நடக்கிறது. இவற்றுள்ளிருந்து 30 பங்குகளை மட்டும் அந்தப் பங்குச்சந்தையை நடத்தும் நிர்வாகத்தினர் தேர்வு செய்துள்ளனர். அந்த 30 பங்குகள் இருக்கும் குழுமத்துக்கு (பட்டியல்) 'A குரூப்' என்று பெயர். அவற்றின் விலைமாற்றங்களைக் காட்டும் குறியீட்டு எண்தான் சென்செக்ஸ் (சென்சிட்டிவ் இண்டெக்ஸ் என்பதன் சுருக்கம் (அஅப-1)).

சென்செக்ஸ் உயர்ந்தால், அந்த முப்பது பங்குகளின் சராசரி விலை உயர்கிறது என்று பொருள். சென்செக்ஸ் இறங்கினால், அந்த 30 பங்குகளின் சராசரி விலை (சில பங்குகளின் விலைகள் உயர்ந்தும், வேறு சிலவற்றின் விலைகள் இறங்கியும்) இறங்கி யிருக்கிறது என்று அர்த்தம்.

கடந்த சில வருடங்களில் பங்குகளின் விலை மாற்றங்கள் எப்படி இருந்திருக்கின்றன என்று தெரிந்துகொள்வதற்கு இந்த முப்பது (மும்பை பங்குச்சந்தை) பங்குகள் எவ்வளவு விலைமாற்றம் கண்டிருக்கின்றன என்று மட்டும் பார்த்தால் போதும். அந்தப் பங்குகளில் முதலீடு செய்வது நல்லதா என்று புரிந்துகொள்ளலாம்.

2 ஜனவரி 1986-ல்தான் மும்பை பங்குச்சந்தையின் சென்செக்ஸ் உருவாக்கப்பட்டது. அன்றைய தேதியில் முப்பது பங்குகளின் விலையையும் கூட்டி, அந்த மொத்தத் தொகைக்கு இணையாக 100 என்கிற குறியீட்டு எண்ணை அதற்குக் கொடுத்தார்கள். அதன்பிறகு அந்த 30 பங்குகளின் விலைமாற்றங்கள் இன்றுவரை கண்காணிக்கப்பட்டு, கணக்கிடப்பட்டு வருகின்றன. அதே நேரம், சென்செக்ஸில் (30 பங்கு குழுமத்தில்) இருந்து சில பங்குகளை நீக்குவது, அவற்றின் இடத்தில் வேறு சில பங்குகளைச் சேர்ப்பது என்பதும் தொடர்ந்து நடந்து வந்திருக்கிறது. (சத்யம் கம்ப்யூட்டர் பிரச்னை காரணமாக அதனை நீக்கி சன்பார்மாவை சேர்த்ததுபோல)

ஆக, சென்செக்ஸ் என்பது பங்குச்சந்தையின் நாடித்துடிப்பு. அதன் உயர்வு, பெரும்பாலான பங்குகளின் விலையுயர்வை பிரதிபலிக்கிறது. அப்படிப்பட்ட சென்செக்ஸ் கடந்து வந்த பாதையைப் பார்த்தால், பங்குகள் எப்படி நீண்டகாலத்தில் வாரிக்கொடுக்கக் கூடியவை என்பது தெரியும்.

சென்செக்ஸ் புள்ளிகள்	தொட்ட தேதி
100	2-1-1986
1000	25-7-1990
2000	15-1-1992
3000	29-02-1992
4000	30-03-1992
5000	08-10-1999
6000	11-02-2000
7000	20-06-2005
8000	08-09-2005
9000	28-11-2005
10,000	07-02-2006
11,000	27-03-2006
12,000	20-04-2006
13,000	30-10-2006
14,000	05-12-2006
15000	06-07-2006
16000	19-09-2007
17000	26-09-2007
18000	09-10-2007
19000	15-10-2007
20000	29-10-2007
21000	08-01-2008

22 வருடங்களில் சென்செக்ஸ் 210 மடங்கு உயர்ந்தது. பின்பு இறங்கியதுதான். அதனால் என்ன மீண்டும் உயராமலா போகும்! ஆனால் இப்படியே ஒரே நேர்க்கோட்டில் பங்கு விலைகளும்

அவற்றைப் பிரதிபலிக்கும் சென்செக்ஸும் பயணிக்காது. இடையிடையே இறக்கங்கள் வரும். பெரிய வீழ்ச்சிகளே வரும். 21,000 என்ற புள்ளியைத் தொட்டபிறகு , உடனேயே அதன் இறக்கம் தொடங்கியது. ஜனவரி 2009ல் பத்தாயிரம் பக்கம் ஆடிக்கொண்டிருக்கிறது.

1992-ல் ஹர்ஷத் மேத்தா என்பவர் செய்த பங்குச்சந்தை ஊழல் கண்டுபிடிக்கப்பட்டு, அதனால் பெரும் வீழ்ச்சி வந்தது. அதே போல 2000-ல் Y2K பிரச்னையால் கிடைத்த வாய்ப்பு காரணமாக, தகவல் தொழில்நுட்பப் பங்குகள் தலைமையில் இந்தியப் பங்குகள் ஒரு வலம் வந்தன. ஆனால் பெரிதாக ஊதப்பட்ட அந்த பலூன் 2001-ல் உடைந்தபோது விலைகள் பாதாளத்துக்குப் போயின.

செய்தி அதுவல்ல. அப்படி வீழ்ந்த பங்குகளின் விலைகள் அப்படியேவா இருந்தன? நல்ல நிறுவனங்களின் பங்குகள் மீண்டும் எழுந்து விட்டன. ஒவ்வொரு Boom-லும் சில பங்குகள் ஜொலிக்கும், பின்னால் காணாமல் போகும். ஆனால் வேறு சில நிலையான நிறுவனங்களின் பங்குகள் எல்லா அலைகளையும், ஏன் சில பெரிய சுனாமிகளையே (ஹர்ஷத் மேத்தா ஊழல், Y2K காலத்து கேத்தன் பாரேக் ஊழல், வளைகுடாப் போர், அமெரிக்காவின் இரட்டைக் கட்டட இடிப்பு, ஈராக் யுத்தம்) தாண்டி நிற்கின்றன.

ரிலையன்ஸ், GE ஷிப்பிங், ONGC, ரான்பாக்சி, இன்போசிஸ், ICICI வங்கி போன்ற நிறுவனப் பங்குகளின் விலைகளும் அந்த வீழ்ச்சிகளில் அடித்து நொறுக்கத்தான் பட்டன. ஆனால் பிறகு?

மீண்டும் எழுந்து விட்டன. இப்போது அவற்றின் விலைகள் என்ன? இதனைத்தான் '(நல்ல) பங்குகள், குறுகிய காலத்தில் ரிஸ்குக்கு உட்பட்டவை. ஆனால் நீண்டகாலத்தில் பலனளிக்க வல்லவை' என்று சொல்வது.

இடையில் பெரிய பிரச்னைகள் வந்தாலும், எல்லாம் கடந்து போகும். மீண்டும் வசந்தம் வந்தே தீரும். காரணம், அந்த நிறு வனங்களின் நிறுவனர்கள், அவற்றின் வியாபாரப் பொருட் கள், விற்பனை வாய்ப்புகள், தொடர்புகள், நற்பெயர், ஊழியர் கள் எல்லாவற்றுக்கும் மேலாக அந்த நிறுவனங்களின் நிர் வாகங்கள் அப்படி. கீழே தள்ளவே முடியாது. மீண்டும் மீண்டும் எழுவார்கள்.

முந்தைய அத்தியாயங்களில் பார்த்திருக்கிறோம். மிகச் சிறப்பான நிறுவனங்கள் பல ரத்தினங்கள் போல இருக்கின்றன என்பதை.

வாய்ப்பு அய்யா, வாய்ப்பு

2004 வரை TCS என்கிற ரத்தினம், டாடா குழுமத்துக்கு மட்டுமே சொந்தமானதாக இருந்தது. அதுவரையில் அது ஒரு பிரைவேட் லிமிடெட் கம்பெனியாக இருந்தது. அந்த நிறுவன உரிமையை வேறு எவரும் பங்கு போட்டுக் கொள்ள முடியாமல் இருந்தது. 2007 வரை DLF நிறுவனமும் அப்படியே குஷ் பால் சிங் (KP சிங்) என்பவரின் தனிப்பட்ட குடும்பச் சொத்தாக இருந்தது.

ஆனால் பின்பு அவை IPO-க்களை வெளியிட்டன. அதன்பிறகு, எவரும் அந்த நிறுவனங்களின் பங்குகளை வாங்கலாம் என்கிற நிலை வந்தது. தற்போது அவையெல்லாம் 'பப்ளிக் லிமிட்டெட்' நிறுவனங்கள். மேலும் பங்க்குச்சந்தையில் பட்டியலிடப்பட்ட (லிஸ்டட்) நிறுவனங்கள்.

யார், எவர் என்கிற கேள்வி கேட்பாடு கிடையாது. பணம் இருக் கிறதா? டிமேட் கணக்கு இருக்கிறதா? வாங்கிக் கொள்ளலாம், எவ்வளவு வேண்டுமானாலும்.

நாம் அந்தப் பங்கை வாங்கிவிட்டால் போதும். கம்பெனியின் நிர்வாகம், நமக்கும் சேர்த்து, மண்டையை உடைத்துக் கொள் வார்கள்; மூளையைக் கசக்கிப் பிழிந்து கொள்வார்கள்; திட்ட மிடுவார்கள்; வியர்வை சிந்த உழைப்பார்கள்; நிறுவனத்தை மேல் நிறுத்தப் பார்ப்பார்கள். எல்லாம் பங்குதாரர்கள் ஆகிய நமக்கும் சேர்த்துத்தான். நாம் எதுவும் செய்ய வேண்டியதில்லை. முதல் போட்டுவிட்டு நம் வேலையைப் பார்க்கலாம்.

அதே நேரம், சிறப்பாக நடைபெறும் பல தனியார் நிறுவனங்கள் உள்ளன. அவை தனி நபர்களுடையவை. கெவின் கேர், டிவிஎஸ் குழுமத்தின் பல நிறுவனங்கள், சரவண பவன், சென்னை சில்க்ஸ், லயன் டேட்ஸ், கோல்ட்வின்னர் சன் ஃப்ளவர் ஆயில் போன்றவற்றுக்கு தனியார்களேதான் முதலாளிகள்.

அவை சிறப்பாகச் செயல்படுகின்றன என்று வியக்கலாம். ஆனால், இன்போசிஸ், சன் டிவி, ஹிந்துஸ்தான் டைம்ஸ், தாஜ் ஹோட்டல், பேண்டலூன் ரீட்டெயில் போல, அந்த நிறுவனப் பங்குகளை வாங்க முடியாது. இந்தியன் ரயில்வே, தி ஹிந்து

செய்தித்தாள் போன்றவையும் அப்படியே. பார்க்கலாம், வியக்கலாம். அதற்கு மேல் ஒன்றும் செய்ய முடியாது. ஆனால் வேறு சில நிறுவனங்கள் இருக்கின்றன. பங்குச்சந்தையில் பட்டியல் இடப்பட்ட நிறுவனங்கள். மிகச் சிறிய அளவுகளிலும் அவற்றை வாங்க முடியும்.

மிகப் பெரிய நிறுவனங்கள், அதிகமாக லாபமீட்டும் நிறுவனங்கள், சிறப்பாகச் செயல்படும் நிறுவனங்கள் பலவும், பொது மக்கள் வாங்கக் கூடிய பப்ளிக் லிமிடெட் மற்றும் பட்டியலிடப் பட்டவையாக இருக்கின்றன. எவரும் வாங்கலாம். விவரம் தெரிந்தவர்கள் வாங்கி சேர்த்து வைத்துக் கொள்கிறார்கள்.

மளிகைப் பொருட்கள் ஆண்டு முழுக்க ஒரே போல விலையிருக்காது. விளையும் மாதங்களில், விலை குறைவாகவும், எதிர்மாறான மாதங்களில் விலை கூடுதலாகவும் இருக்கும்.

புளி, மிளகாய், துவரம் பருப்பு ஆகியவற்றுக்கு 52 வார அதிக பட்ச விலை, குறைந்தபட்ச விலையை ஒப்பிட்டுப் பார்த்தால், பாதிக்குப் பாதிகூட வித்தியாசமாக இருக்கும். ஏசி, பிரிட்ஜ், பேன் எல்லாம் கோடைகாலத்தில் ஒரு விலை, மழைக்காலத்தில் ஒரு விலை என்றுதானே விற்கிறார்கள்? எல்லாம் 'சீசன்', 'ஆஃப் சீசன்' கதைதான்.

பங்குகளும் அப்படித்தான், சில நேரங்களில் குறைவான விலைகளில் கிடைக்கும். வேறு சில நேரங்களில் விலைகள் வானில் பறக்கும்.

வியாபாரிதான் விலைகளைப் பார்ப்பார். நாம் முதலீட்டாளர். நமக்குப் பொருள்தான் முக்கியம். நீண்டகாலம் வைத்திருக்கப் போகிறோம் என்னும் பட்சத்தில், நல்ல பங்கு என்னும் நிலையில், கிடைக்கும் விலையில் வாங்கி சேகரித்துக்கொள்ளலாம். அதுவும், விலை குறைவாக இருப்பதுபோலத் தோன்றினால், இன்னும் அதிகமாகவே வாங்கி சேகரித்து வைக்கலாம்.

சில நிறுவனங்கள் திருமணம் போலவே ஆயிரம் காலத்துப் பயிர். சில பயிர்கள் கருகிப் போகலாம். சில பதராகிப் போகலாம். தேர்வு செய்வதில் இருக்கிறது சூட்சுமம். சில நிறுவனங்கள் நூறு ஆண்டுகள்கூடக் கொட்டிக் கொடுக்கும். சரியான தேர்வு, பல ஆண்டுகளுக்குப் பலனளிக்கும்.

வேறு சில நிறுவனங்கள் பசு போல. குறிப்பிட்ட காலம் சிறப்பாக பால் கறக்கும். கன்று ஈனும். பின் பால் வற்றி விடும். அப்படியும் சில நிறுவனங்கள் உண்டு. அவற்றைச் சரியாகக் கண்காணித்து, குறிப்பிட்ட காலத்துக்குப் பிறகு விற்று விடலாம்.

மின்னி மறையும் நிறுவனங்களும் உண்டு. இந்தப் புத்தகத்தின் நோக்கமான முதலீட்டில் அவை வராது. அதனால் அவற்றை விட்டு விடுவோம். அவற்றை ஒருபோதும் வாங்காதீர்கள்.

வாங்கி, உடனடி லாபத்துக்காக விற்கும் நோக்கமில்லாமல், வைத்து வைத்துப் பார்க்கும் குறிக்கோளுடன் வாங்குவதால், அதிக விலை கொடுத்து வாங்கினாலும் பாதகமில்லை. நாம் வாங்கியபிறகு விலை குறைந்துவிட்டாலும் பெரிய சங்கடம் இல்லை. நீண்டகாலத்தில் நல்ல நிறுவனங்களும் அதன் பங்கு களும் என்ன விலைக்கு வாங்கியிருந்தாலும் அதைவிட அதிக விலைக்குப் போய், நமக்கு லாபத்தைத் தரும். காரணம், அவை தொடர்ந்து வளரும். அவற்றின் ஆயுளும் வளர்ச்சியும் அதிகம்.

6. தனி நபர் போர்ட்ஃபோலியோ உருவாக்க சில வழிமுறைகள்

செட்டிநாட்டுப் பக்கம் இருக்கும் வீடுகள் பற்றித் தெரிந்திருக்கலாம். ஐம்பது, நூறு ஆண்டுகளாகக் கூட வலுவாக மட்டுமல்ல, மெருகோடும் இருப் பவை அவை.

உயரப் படிக்கட்டுகள், தனி நபர் தள்ள சிரமப்படும் அளவு வலுவான கதவுகள், சிறு குழந்தைகள் தூக்க முடியாத அளவு பெரிய இரும்பு சாவி, நீளமான கை உள்ளவர்களால்கூடச் சுற்றி வளைத்து, சேர்த்துப் பிடிக்க முடியாத சுற்றளவுள்ள பருத்த தூண்கள். தரைகள் போலவே வழுவழுப்பாக இருக்கும், முட்டையின் வெண்கரு ஊற்றி சிமிண்டைப் பிசைந்து பூசப்பட்ட சுவர்கள். பல ஆண்டுகளாக மழையையும் வெயிலையும் சமாளித்து, கொஞ்ச மும் இற்று விடாத மேற்கூரைகள்.

காரணம் என்ன? எல்லாம் பர்மாவில் இருந்தும், கொழும்பில் இருந்தும் கப்பலில் கொண்டு வரப் பட்ட தேக்குகளும், பளிங்குகளும், கை தேர்ந்த ஆசாரிகளும், ஏனைய கைவினைஞர்களும் அக்கறையாகப் பொறுமையுடன் செய்தவை.

தேர்ந்தெடுத்த பொருட்கள் என்பதுதான் நாள்பட்ட உழைப்புக்கும், தாங்குவதற்கும் காரணம். பங்குச் சந்தை என்கிற காட்டினிலும் அப்படிப்பட்ட 'தேக்கு, தோதகத்தி, பட்டாக் மரங்கள்' உண்டு.

நூற்றுக்கணக்கான ஆண்டுகளுக்கு உழைக்கும். தேடி எடுத்துவர வேண்டும். அட்டையில் கட்டிய வீடுகள், பிசைந்த மண்ணால் செய்த வீடுகள், ஓலைக் குடிசைகள் போலச் சுலபமாகச் செய்வதல்ல போர்ட்ஃபோலியோ.

அதேசமயம் அட்டைகளும், பிசைந்த மண்ணும், ஓலைகளும் வீட்டினில் கொஞ்சம் இருக்கலாம், அழகிய வெவ்வேறு வடிவங்களில், வண்ணத் தாள்களாக, பொம்மைகளாக, அழகுப் பொருட்களாக இருக்கலாம்.. அவையும் வேண்டும். அதற்கும் முன்னால், அவற்றைவிட அதிகமாகத் தேவை, கல்லும், மண்ணும், சிமெண்ட்டும், இரும்புக் கம்பிகளும், மரங்களும் இல்லையா?

மூன்றடுக்கு போர்ட்ஃபோலியோ

வீடுகளில் எத்தனையோ வகைகளுண்டு. நாம் பார்க்க இருப்பது ஒரு வகை. பெரும்பாலானவர்களுக்கு, புதியவர்களுக்கு ஒத்து வரக்கூடிய எளிய வகை.

1. வலுவான அடித்தளம்
2. நல்ல கட்டடம்
3. அழகிய வேலைப்பாடுகள் / பயன்பாட்டுப் பொருட்கள்

வலுவான அடித்தளம்

பங்குகளில் போடுவதற்கு என்று ஒரு லட்ச ரூபாய் பங்கீடு செய்திருக்கிறோம் என்று வைத்துக்கொள்வோம். (இது, அவரவர் வசதிக்குத் தகுந்தபடி 10 லட்சமாகவும் இருக்கலாம், பத்தாயிரமாகவும் இருக்கலாம்.)

அடித்தளத்தின் பணி என்ன? வீடு ஆடாமல் அசையாமல் வலுவாக இருக்க உதவுவதுதானே. இங்கேயும் அதேதான். அலங்காரப் பொருட்களை அடிக்கடி மாற்றுவார்கள். வீட்டைக்கூடச் சிறிது மாற்றிக் கட்டுவார்கள். வீடுகட்டி சில ஆண்டுகள் ஆனபிறகு கூடுதல் அறைகள் சேர்ப்பார்கள். ஆனால் அடித்தளம் கவனமாகச் செய்யப்பட்டு, பலஆண்டுகளுக்கு மாறாமல் இருக்கும்.

பங்குகள் போர்ட்ஃபோலியோவிலும் சுமார் 50% பணத்தை, அதாவது 50,000 ரூபாயை (மொத்தம் கையில் எடுத்துக்

கொண்டது 1 லட்சம் என்றால்), இப்படிப்பட்ட வலுவான, அடிக்கடி மாற்ற வேண்டாத பங்குகளில் போட்டுவிட வேண்டும். இவைதான் பங்கு போர்ட்ஃபோலியோவின் அஸ்தி வாரம். சீசனுக்கு ஏற்றாற்போல மாறாது.

நல்ல கட்டடம்

இது வீட்டின் நடுப்பகுதி. சுவர்கள், கதவுகள், ஜன்னல்கள் போல. இதன் சுபாவமும் அடிக்கடி மாறாமல் இருப்பதுதான். ஆனால் தேவைப்பட்டாலோ, தேவைப்படாவிட்டாலோ மாற்றலாம். பெரிய பாதகமில்லை. சில பங்குகளை அதிகப் பலன் தரும் காலத்தில் இவற்றை வாங்கி வைத்துக்கொண்டு, பலன் அதிகம் வராது என்னும் கட்டத்தில், விற்றுவிடலாம். வேறு புதிதாக வாங்கிச் சேர்க்கலாம்.

அலங்கார மற்றும் பயன்பாட்டுப் பொருட்கள்

இவை திரைச்சீலைகள், மேசை விரிப்புகள், நாற்காலி, கடிகாரங் கள் போன்றவை. அடித்தளம், வீட்டுக் கட்டடம் முதலியவற் றுடன் ஒப்பிடும்போது அடிக்கடி மாறுபவை. அடிக்கடி என்றால் சில ஆறு மாதங்களில், சில ஒன்றிரண்டு வருடங்களில். மாற்றா விட்டால் நன்றாக இருக்காது.

போர்ட்ஃபோலியோவிலும் இப்படி 6 மாதங்கள் 1, 2 வருடங்கள் மட்டுமே வைத்து அனுபவித்துவிட்டு, சீக்கிரம் அடுத்தவற் றுக்குப் போய்விடவேண்டிய பங்குகளுக்கும் இடம் உண்டு.

★

முதல் பகுதிக்குத்தான் 50% என்றோம். அடுத்த இரண்டு பகுதி களும் 50-0 (ஐம்பது-பூஜ்ஜியம்) என்றோ 30-20 என்றோ எப்படி யும் இருக்கலாம். என்ன ஆனாலும் மூன்றாவது பகுதி 20%-க்கும் அதிகமாகப் போகக் கூடாது. அவரவர்க்கு இருக்கும் மனப் பான்மை, நேரம், கிடைக்கும் தகவல்களின் தரம், கிடைக்கிற வாய்ப்புகள் ஆகியவற்றை வைத்து முடிவு செய்யலாம்.

திருச்சி பெல் ஆலையில் என்னுடன் பணியாற்றிய என் நண்பர் ஒருவர் புதிய கலர் டெலிவிஷன் ஒன்று வாங்க முடிவு செய்தார். முயன்று, பணமும் ஏற்பாடு செய்துவிட்டார். அதன் பிறகுதான் முக்கியமான வேலை ஆரம்பித்தது.

எந்த பிராண்ட் வாங்குவது, எந்த நிறுவனத்தின் டி.வி. நல்லது? நண்பர்கள், உறவினர்கள் என்ன வைத்திருக்கிறார்கள் என்று தெரிந்துகொள்ள, விசாரிக்க ஆரம்பித்தார். தகவல்களுக்கும் அறிவுரைகளுக்குமா பஞ்சம்? வந்து குவிந்தன.

அடிக்கடி வெளியில் போகும் வாய்ப்பு பெற்ற சக ஊழியர் ஒருவர் பல்வேறு நிறுவன டி.வி.களின் தகவல் அட்டைகளைக் கொண்டுவந்து அவரிடம் கொடுத்தார்.

அவர், அவருடைய மனைவி, பிள்ளைகள் மற்றும் நண்பர்கள் சேர்ந்து ஒரு அட்டவணையே தயாரித்து, பல அம்சங்களையும் பற்றி ஆராய்ந்து, ஒரு முடிவுக்கு வந்தார்கள். இறுதியாக வீடியோகானின் குறிப்பிட்ட மாடல் டி.வி வாங்குவது என்று முடிவு செய்தார்கள். மொத்தத்தில் தெளிவாக முடிவு எடுத்தார்கள். எனக்கு அவரைப் பார்க்க பிரமிப்பாகவும் மரியாதையாகவும் இருந்தது. காரணம், மனிதர் எவ்வளவு முறையாகச் செயல்படுகிறார் என்கிற எண்ணம்தான்.

ஒரு சனிக்கிழமை அவரைச் சந்தித்தபோது, திங்கள் காலை அலுவலகம் வரமாட்டார் என்றும், அன்று டி.வி. வாங்க கடைக்குப் போகப்போவதாகவும் சொன்னார். அவரை திங்கள் மதியம் அலுவலகத்தில் சந்தித்தேன்.

'என்ன வாங்கிவிட்டீர்களா?'

'ஓ!'

'போட்டுப் பார்த்தீர்களா? எப்படியிருக்கிறது?'

'அதற்கென்ன குறை? சோனி டி.வி ஆயிற்றே? அதன் பெர்பார் மென்ஸ் பற்றிக் கேட்கவும் வேண்டுமா?'

'என்னது, சோனி டி.வி.யா?'

'ஆமாம்.'

'ஒரு மாதமாக ஆராய்ச்சி செய்து, வீடியோகான் அல்லவா வாங்குவதாக முடிவெடுத்தீர்கள்?'

'அதெல்லாம் சரிதான். ஆனால் சோனி டி.வி.யின் பிளாட் ஸ்கிரீன், டிரினிட்டான் டெக்னாலஜியில்...'

அவர் மேற்கொண்டு பேசியதில் என் மனம் போகவில்லை. வியப்பு அடங்கவில்லை. எதை வாங்கவேண்டும், எப்படி வாங்கவேண்டும், என்ன விலைக்கு வாங்கவேண்டும் என்றெல்லாம் பல நாள் யோசித்து முடிவுக்கு வந்துவிட்டு, பின்பு கடைக்குப் போனதும், 'அங்கே சொன்னார்கள்' என்று வேறு எதையோ வாங்கி வந்திருக்கிறாரே!

என் நண்பர் டி.வி. வாங்கிய முறையில் நீங்களும் நானும்கூட பலவற்றை வாங்கியிருப்போம்.

இந்த விஷயத்தை இப்படிப்பட்ட மனோபாவத்தை, குறிப்பாக 'வாங்கும் அணுகுமுறையை' முறையாக ஆராய்ந்து, சில முடிவுகளைச் சொல்லி, டேனியல் கனெமான் (Daniel Kahneman) என்பவர் நோபல் பரிசே வாங்கிவிட்டார். ஆம், பொருளாதாரத் துறையில் 2002-ம் ஆண்டுக்கான நோபல் பரிசு, இவருடைய Psychology of Decision making under conditions of uncertainty என்ற ஆராய்ச்சிக்காகக் கிடைத்தது.

ஆராய்ச்சி முடிவு சொல்கிறது: 'மனிதர்கள், பொருளாதார விஷயங்களிலும்கூட, உணர்வுபூர்வமாகத்தான் முடிவுகள் எடுக்கிறார்கள்.'

என் நண்பர் எதனால், ஏற்கெனவே ஆராய்ந்து, முடிவு செய்து, தீர்மானித்திருந்த வீடியோகானை வாங்காமல், சோனியை வாங்கி வந்தார்?

கடைக்குப் போனதும், அங்கே எவரோ இவரது மனத்தை மாற்றி விட்டிருக்கிறார். சில நிமிடங்களில் மனது மாறி, முடிவையும் மாற்றி, கூடுதல் பணம் கொடுத்து, அதுவரையில் தன் சிந்தனையிலேயே இல்லாத சோனி டிவியை வாங்கி வந்து விட்டார்.

பலரும், பல ஆயிரம், லட்ச ரூபாய் பணம் கொடுத்து, பங்குகளைக் கூட இப்படித்தான் வாங்கி விடுகிறார்கள். தகவல் சேகரித்து, யோசித்து, ஆராய்ந்து, முடிவு செய்து, வாங்குவதைக் காட்டிலும், சில நொடிகளில் முடிவெடுத்து வாங்கி விடுபவர்கள்தான் அதிகம்.

நமக்கு நிச்சயமாக லாபம் தரவேண்டிய பங்குகளைத் தேர்வு செய்து வாங்குவது, என்பது முதலீட்டில் ஒரு முக்கியமான பகுதி. அதை விரிவாகப் பார்ப்பதற்கு முன், எப்படியெல்லாம் வாங்கும்

முடிவுகள் (Purchase decision) எடுக்கக்கூடாது என்று பார்த்து விடுவோம்.

1) எமோஷனலாக அல்ல... ரேஷனலாக...

பங்குகள் வாங்கி விற்றுக்கொண்டிருப்பவர்களுக்கு, தரகர்களுடன் நல்ல தொடர்பு இருக்கும். அதனால், பங்குச்சந்தை நேரத்தில் தொலைபேசியிலோ, நேரிலோ, 'வாங்குங்கள்' என்று தகவல் வந்தால், உடனே வாங்கி விடுவார்கள். அதன்பிறகு அந்தப் பங்கு, அவர் பொறுப்பு.

பங்குச்சந்தையில் பங்குகளின் விலைகள், நொடிக்கு நொடி மாறும் என்பது நமக்குத் தெரியும். ஒரே நாளில் எகிறும், கவிழும், புரளும். எல்லா சாகசங்களும் செய்து காட்டும்.

குறிப்பிட்ட விலையை விட்டுவிட்டால், அந்த விலை மீண்டும் வராது. அது விற்பதற்கான கூடுதல் விலையோ அல்லது வாங்குவதற்கான குறைந்த விலையோ. இதுதான் பெரும்பாலோர் நினைப்பு. நாமும் இதில் சேர்த்திதான்.

வாங்காமல் கட்டுப்பாடாக இருப்பதாலோ, அல்லது, கூடுதல் விலைக்கு வாங்கி விட்டோமே என்கிற குற்றவுணர்வில் இருப்பதாலோ, நம்மிடம் ஒரு பதற்றம் உருவாகும். குறிப்பாக, நாம் வாங்கிய பிறகு விலை அதிகம் விழுந்தாலோ, அல்லது வாங்கத் தவறிய பிறகு விலை அதிகம் உயர்ந்தாலோ, பரபரப்பு அதிகமாகி விடும். அப்போது நாம் அறிவின் கட்டுப்பாட்டில் இருக்க மாட்டோம். உணர்வின் கட்டுப்பாட்டில் இருப்போம். அதனால் அதுவரை யோசித்தே இராத ஒரு முடிவை தடாலடியாக எடுப்போம். நடைமுறைப் படுத்துவோம். இது இயல்புதான். (இட்லியாக இருங்கள்!)

இயல்பாகவே இருந்தாலும், விளைவுகள் வேறுவிதமாகவா இருக்க முடியும்? அவசரமாக எடுத்த முடிவுகளின் விளைவு மோசமாகத்தான் இருக்கும். சொந்தப் பணம், உழைத்துச் சேர்த்த பணம், நம் பணம். அதை ஏன் இப்படிக் கெடுக்க வேண்டும்?

உணர்வுபூர்வமாக எடுக்கப்படும் முடிவுகள் சரியாக அமையும் வாய்ப்புகள் மிக மிகக் குறைவு. இன்றே, இங்கே, இப்போதே செய்தால்தான் சரி என்று பங்குச்சந்தையில் ஏதும் கிடையாது. தடாலடியாக எடுக்கும் பல முடிவுகள் தேவையற்ற நட்டங்களிலேயே கொண்டுபோய் விடும்.

அந்நிய முதலீட்டு நிறுவனங்கள் (FIIக்கள்), உள்நாட்டு முதலீட்டு நிறுவனங்கள் (Institutional Investors) போன்றோரை எடுத்துக் கொள்வோம். இவர்கள் எவ்வளவு கோடிகளுக்கு பங்குகளை வாங்குகிறார்கள்! இவர்கள் யாருமே, அவசர அவசரமாக முடிவெடுத்து, உடனுக்குடன் மாறும் விலைகளைப் பார்த்து வாங்குவதோ விற்பதோ கிடையாது.

இவர்கள் ஒவ்வொருவரிடமும், 'இன்வெஸ்ட்மெண்ட் கமிட்டி' என்று ஒரு குழு இருக்கும். இந்தக் குழுவிடம் ஒப்புதல்கள் பெற்றுத்தான் வாங்குதல்கள், விற்றல்கள் நடக்க முடியும்.

அவர்களிடம் இருந்து சில விஷயங்களைக் கற்றுகொள்ளலாம். முதலாவது: ஆராய்ந்து மட்டுமே முடிவுக்கு வருவது. இரண்டாவது: ஒன்றுக்கு மேற்பட்டவர்களைக் கலந்தே முடிவெடுப்பது. மூன்றாவது: முடிவெடுத்த விதமே செயல்படுத்துவது (நண்பர் டி.வி வாங்கியது போலில்லாமல்).

2) பெயர் பிடித்து அல்ல

தெரிந்தவர் ஒருவரிடம் பேசிக்கொண்டிருந்த போது, சேஸ கோவா என்ற நிறுவனத்தின் பங்கினைப் பற்றிச் சொன்னேன். அதன்பிறகு, வேறு ஒரு முறை பேசுகிறபோது அவர், 'சேஸ கோவா ஷேர் இப்ப என்ன விலை விற்கிறது?' என்று கேட்டார். ஏன் என்று கேட்டேன். 'சேஸ கோவா' என்ற அதன் பெயரை, இரண்டு முறை உச்சரித்து விட்டு, சிரித்தபடியே பெயரே நன்றாக இருக்கிறது' என்றாரே பார்க்கலாம்!

சேஸ கோவா நல்ல நிறுவனம்தான். ஆனால் பல நிறுவனங்கள் அப்படிப்பட்டவை அல்ல. சமயங்களில், நம்மை வலையில் விழ வைப்பதற்காகவே, நிறுவனங்களின் பெயர்களில் சில தொழில்களைச் சேர்த்துக் கொள்வார்கள். 2000க்கு சற்றுப் பின்பு, எல்லாமே 'இன்போடெக்' மயம். அதன்பிறகு பயோ டெக்னாலஜி. பிறகு பவர்.

பெயர் எதுவாகவும் இருக்கலாம். அதை மட்டும் வைத்து பங்குகள் வாங்குதல் கூடாது.

3. நமக்குத் தெரிந்த தொழில் என்பதால் அல்ல

1980-களின் கடைசி சில வருடங்கள். நான் வேலை செய்துவந்த BHEL நிறுவனத்தில் தனசேகர் என்று ஒரு பொறியாளர் என்னுடன்

பணியாற்றி வந்தார். அவருக்குப் பங்குச்சந்தை பற்றி அப்போது அதிக அறிமுகமில்லை. அதுசமயம், வார்சிலா டீசல், ஸ்பிக் எலெக்டிரானிக்ஸ் போன்ற பல ஐ.பி.ஓக்கள் வந்தன. லிஸ்ட் ஆன வேகத்தில் விலைகள் உயரும். அலாட்மெண்ட் கிடைத்தவர்களுக்கெல்லாம் லாட்டரி அடித்தது போலவேதான்.

பிர்லா கென்னமெட்டல் என்று ஒரு நிறுவனப் பங்கு, ஐ.பி.ஓவுக்கு வந்தது. அதில் முதலீடு செய்ய தனசேகரிடம் பரிந்துரை செய்தார் ஒரு முகவர். தனசேகருக்கோ தயக்கம். உடனே தரகர் கேட்டார், 'போர்ஜிங் பற்றி உங்களுக்குத் தெரியுமா?' தெரியும் என்றார் தனசேகர். 'போர்ஜிங் கம்பெனிகள் லாபமீட்டுமா?' என்பது முகவரின் அடுத்த கேள்வி. 'ஓ நிச்சயமாக...' என்றார் தனசேகர். 'இவ்வளவு தெரிந்திருக்கிறது... பிறகு ஏன் தயங்குகிறீர்கள். இதுவும் அப்படிப்பட்ட ஒரு பெரிய போர்ஜிங் நிறுவனம்தான்' என்றார் தரகர்.

தனசேகர், விண்ணப்பத்தை உடனே கையில் வாங்கி, நிறைவு செய்து, காசோலையையும் அப்போதே கொடுத்துவிட்டார்.

அந்த நிறுவனத்தின் செயல்பாடு, பல வருடங்களுக்குச் சுமாராகத்தான் இருந்தது. தனசேகர் அந்தப் பங்கால் லாபமடைந்தாரா அல்லது நட்டப்பட்டாரா என்று எனக்குத் தெரியாது. ஆனால் யானையின் வாலை மட்டும் வைத்துக்கொண்டு யானையை எப்படி உருவகம் செய்ய முடியாதோ, அதேபோல, நமக்குத் தெரிந்த தொழில் ஒன்றை ஒரு நிறுவனம் செய்கிறது என்பதை மட்டும் வைத்துக்கொண்டு, அந்த நிறுவனப் பங்குகளை வாங்குதல் ஆபத்து என்பதை மட்டும் உறுதியாகச் சொல்லலாம்.

4. கேள்விப்பட்ட பெயர் என்பதால் அல்ல

நம்முடைய படிப்பு, வேலை, தொடர்புகள் காரணமாக பல நிறுவனங்களைப் பற்றி கேள்விப்பட்டிருப்போம். அதிகம் படிக்காத மெக்கானிக்குகளுக்குக் கூட அசோக் லேலண்டு, டாடா மோட்டர்ஸ் (டெல்கோ) நிறுவனங்களைப் பற்றி தெரியும். மைக்கோ நிறுவனம் (ஸ்பார்க் பிளக்) பற்றியும் தெரியும். என்ன தெரியும்? அந்த நிறுவனங்களின் வண்டிகள் நாட்டில் நிறைய ஓடுகின்றன என்று தெரியும். அதற்காகவே யாராவது அந்த நிறுவனப் பங்குகளை வாங்கச் சொன்னால் வாங்கி விடுவதா?

அறிமுகம் என்பது வேறு. பங்குகளை வாங்கும் முடிவுக்குத் தேவையான தகவல்கள் என்பவை வேறு. வழி மாறிவிடக் கூடாது. அதீத நம்பிக்கை வந்து விடும். தெரிந்த பெண்தான். மனைவியாகவோ, மருமகளாகவோ உறவாக்கிக் கொள்ள வேண்டும் என்கிற சூழ்நிலை வந்தால், அதே பெண்ணை வேறு கோணங்களில் இருந்து பார்ப்போமா, இல்லையா? கணவனாகவோ, மருமகனாகவோ, தெரிந்த இளைஞனைப் புதிதாக, ஆராயாமல், ஒரு பெண்ணால் ஏற்றுக்கொள்ள முடியுமா?

பங்குகளிலும் அதே ஜாக்கிரதை உணர்வு அவசியம்.

5. விளம்பரங்களைப் பார்த்தல்ல...

விளம்பரம் என்பது வேறு, தகவல் என்பது வேறு. தகவலறிந்து முடிவெடுக்கலாம். விளம்பரங்களைப் பார்த்து அல்ல. விளம்பரங்கள் தெரிவிப்பது கையளவு, தெரிவிக்காதது கடலளவு இருக்கலாம். அழகான, மனத்தைத் தொடும் விளம்பரமாக இருக்கும். அந்த விளம்பரத்தைத் தயாரித்தவருக்கும் நிறுவனத்துக்கும் பணம் தவிர வேறு தொடர்பில்லை. வெளிப்படையான விளம்பரங்கள் தவிர, புனையப்பட்ட, புகுத்தப்பட்ட தகவல்கள் கூடச் செய்திகளாக வெளிவரும். கவனம் தேவை. அவற்றை மட்டும் நம்பி இறங்கி விட வேண்டாம். ரிலையன்ஸ் பவர் பற்றி எவ்வளவு விளம்பரங்கள். கிடைத்தவர்களுக்குத்தான் இடையில் (ஜனவரி 2009 வரையிலாவது) எவ்வளவு நட்டம்!

6. யாரோ சொன்னார்கள் என்பதற்காக அல்ல

சில தொலைக்காட்சிகளில் என்ன என்ன பங்குகளை வாங்கலாம் என்று சொல்வார்கள். நான் பங்குபெறும் தொலைக்காட்சி நிகழ்ச்சிகளில் இப்படிப் பரிந்துரைக்கக் கட்டாயமாக மறுத்து விடுவேன். நிபுணர்களே ஆனாலும், அவர்கள் சொல்வது அந்த நேரத்துக்குத்தான் சரியாக இருக்கலாம். ஆனால் அதன்பிறகு நிலைமைகள் மாறலாமே. நிலைமை மாறியபோது, அதே வல்லுனர், அந்தப் பங்கை விற்றுவிடலாம் என்று சொல்ல நினைப்பார். அவருக்கு தொலைக்காட்சியில் சொல்ல வாய்ப்பு கிடைக்க வேண்டுமே! அப்படியே கிடைக்கப்பெற்று, அவர் சொன்னாலும், அதே நேரம், அதே நேயர்கள் அதனைச் சரியாகக் கேட்க வேண்டுமே!

தவிர எவர் சொல்வதும் நூற்றுக்கு நூறு சரியாக வரும் வாய்ப்பில்லை. வல்லுனர்கள் சொல்வதாவது பரவாயில்லை.

இன்னும் எவ்வளவோ நபர்கள் அவர்களுக்குத் தெரிந்ததை மட்டும் வைத்து, அவர்கள் யோசிப்பதையே முடிவாகவே சொல்லுகிறார்கள். அதைக் கேட்பவர்கள் நிலைமை என்னாவது?

இன்னும் சிலர் தரகர் அலுவலகங்களில், அருகில் அமர்ந்திருப் பவர் சொல்வனவற்றையும் கேட்டு உடனடியாக வாங்கு வார்கள், விற்பார்கள். ஆபத்து. 'இது கட்டாயம் 1000 ரூபாய்க்குப் போய் விடும்' என்பது போல சொல்லுவார்கள். போகும்தான், விலை அல்ல, நம் பணம்.

7. பழம் பெருமைக்காக அல்ல

பங்குகளின் வலிமை அதன் வியாபாரத்திலும் லாபம் ஈட்டலிலும் இருக்கிறது. பழைய பெருங்காய டப்பாக்களில் வாசனை இருக்கும். அதனால் என்ன பலன்?

செஞ்சுரி டெக்ஸ்டைல்ஸ் பற்றி என் தந்தை அடிக்கடி சொல்லு வார். 50 வருடங்களுக்கு முன்பெல்லாம் சக்கை போடு போட்ட நிறுவனம். மும்பை பங்குச்சந்தையில், மார்க்கெட் லீடர். ஆனால் இப்போது?

கால்கேட், லீவர் போன்றவைக்கே பழைய மதிப்பில்லையே. இரண்டு வருடங்களாக தகவல் தொழில்நுட்ப ஜாம்பவான் களான இன்போசிஸ், TCS போன்றவையே நொண்டியடிக் கின்றனவே.

இங்கே நாம் பச்சோந்திகளாகத்தான் இருந்தாக வேண்டும். உணர்வுபூர்வமான உறவெல்லாம் பங்குகளுடன் கூடாது. அவை பண விரயத்தில்தான் போய் முடியும்.

8. இதழ்களில், செய்தித்தாள்களில், தொலைக்காட்சி நிகழ்ச்சி களில் சொன்னதற்காக அல்ல

செய்தித்தாள்களில் அல்லது வார, மாத இதழ்களில் ஒரு 'பெஸ்ட் பை' போடுவார்கள். அதற்காகவே, அவற்றை வாங்க வேண்டாம். அவை எழுதப்பட்டது என்றைக்கோ! வெளிவந்தது என்றைக்கோ! தவிர, அவற்றின் செயல்பாடுகள் (டிராக் ரெகார்ட்) என்ன என்று பார்க்க வேண்டும். முன்பு இதே நபர்கள் என்ன சொன்னார்கள்; என்ன நடந்தது என்று தெரிந்து முடிவெடுக்க வேண்டும்.

9. காலாண்டு, அரையாண்டு முடிவுகளை மட்டும் வைத்து அல்ல

செய்தி இதழ்களில் விளம்பரங்களாக காலாண்டு செயல்பாடுகள் வெளிவரும். EPS உயர்ந்திருக்கும். உடனே வாங்கிவிட வேண்டாம். (அள்ள அள்ளப் பணம்-1-ல் எழுதப்பட்டிருக்கும் செட்டிநாடு சிமெண்ட் உதாரணம்தான்.)

அதனுடன் மற்ற தகவல்களையும் திரட்டி, சேர்த்துப் பார்க்காமல் வாங்குதல், விற்றல் முடிவுகளை எடுக்க வேண்டாம்.

10. பங்கு விலை தொடர்ந்து ஏறுவதால் அல்ல

ஏறட்டுமே. ஏனோ ஏறுகிறது. எப்போது ஏறுவது நிற்கும்? தெரியாது. விவரம் தெரிந்தால் வாங்கலாம். தெரியாமல் வாங்கினால் ஆபத்துதான்.

11. பங்கு விலை தொடர்ந்து இறங்குவதாலும் அல்ல

நல்ல நிறுவனம்தான். பார்த்திருக்கிறோம். ஆனால் இப்போது ஏனோ விலை இறங்குகிறது. ஆகா, குறைந்த விலையில் வாங்கி அடுக்கிவிடலாமே என்று நினைக்கிறீர்களா? கூடாது. காரணம் தெரியாமல் வாங்க வேண்டாம். ஜூன் 2008. பங்குச்சந்தையை கரடிகள் தினசரி அடித்துக் கொண்டிருந்த நேரம். 500 ரூபாய்க்கும் அதிகமாக விலைபோன JP அசோசியேட்ஸ். விலை 300 வாங்கலாமா? பின்பு 240, பின்பு 180. வாங்கலாமா? கூடாது. வாங்கலாம். காரணம் தெரிந்தால் மட்டுமே. (பின்பு 48 ரூபாய் இறங்கியது.)

அதேபோல யூனிடெக். விலைகள் 350-ல் இருந்து இறங்குமுகம். ஜூன் 27, 2008-ல், 178-ல் வந்து நின்றது. 'அட எவ்வளவு மலிவு?' என்று நினைத்தால் போயிற்று. அடுத்த நாள் பத்திரிகைகளில் காலாண்டு முடிவுகள் வெளிவருகின்றன. நிகர லாபம் 50% குறைவு.

பத்து ரூபாய் அதிகம் கொடுத்து வாங்கினாலும், தகவல்கள் அடிப்படையில் செய்வதே பாதுகாப்பான முதலீடு.

எப்படியெல்லாம் செய்யக் கூடாது என்று பார்த்தாகிவிட்டது. இனி,

எப்படிப் பங்குகளைத் தேர்வு செய்வது?

எவ்வளவு பணம்?

நம் முதலீட்டின் நோக்கம் என்ன? தொடக்கத்திலே பார்த்த பரஸ்பர நிதிகள் பற்றிய கருத்துக்கள் நினைவிருக்கலாம். அதேதான். முதல் பெருக்கமா? தொடர் வருமானமா? இதுவா, அதுவா? இதனைத் தெளிவாக்கிக் கொண்டுவிட்டால் பங்குகள் தேர்விலோ, வாங்கும், விற்கும் நேரத் தேர்வுகளிலோ நிகழக் கூடிய தவறுகள் குறையும்.

நம் கையில் இருக்கும் பணத்தில் எந்த அளவை பங்குகளில் முதலீடு செய்யலாம் என்பதற்கு பங்குச்சந்தையில் ஓர் உத்தேசக் கணக்கைச் சொல்லுவார்கள். நம்முடைய வயதை 90 என்கிற எண்ணில் இருந்து (கவனிக்க, 100 அல்ல) கழித்து விட்டால், மீதம் வருகிற சதவிகித அளவுப் பணத்தை ரிஸ்க் உள்ளவற்றில் முதலீடு செய்யலாம் என்பார்கள்.

ஒருவருடைய வயது 30. இன்னொருவருக்கு 45. மேற்சொன்ன கணக்கின்படி, முதலாமவர் 60%-ஐயும் இரண்டாமவர் 45%-ஐயும் பங்குச்சந்தையில் முதலீடு செய்யலாம். கவனியுங்கள். செய்யக் கூடியது முதலீடே தவிர, டிரேடிங்கோ, ஊகபேரமோ அல்ல.

மாத வருமானம் ரூ. 10,000; சேமிப்பு ரூ. 2,000 என்றால், சேமிப்பில்தான் 60% அல்லது 45%. மொத்த வருமானமான ரூ. 10,000-ல் இல்லை. மாதம் ரூ. 10,000 வருமானம் பெறுபவரால் ரூ. 1,000தான் சேமித்து முதலீடு செய்ய முடியும் என்றால், வயது 30 என்றால், மாதம் 600 ரூபாயை மட்டுமே அவர் பங்குச் சந்தையில் போட வேண்டும். மீதம் 400-ஐ முதல் பாதுகாப்பாக இருக்கும் திட்டங்களில் போட வேண்டும்.

வருடா வருடம் 20,000 ரூபாய் சேமிக்கிற நபராக இருந்தால் (வயது 35 என்றால்) 90-35 = 55 சதவிகிதத்தை, அதாவது ஆண்டுக்கு 11,000 ரூபாயை பங்குச்சந்தை தொடர்பானவற்றில் முதலீடு செய்யலாம்.

ஏற்கெனவே நிறைய சொத்து வைத்திருப்பவர்கள் தங்கள் கணக்கை மாற்றிக்கொண்டு, அதிக சதவிகிதத்தை பங்குச்சந்தை யில் முதலீடு செய்யலாம். அதேபோல, வயது எவ்வளவுதான் குறைவாக இருந்தாலும், அதிகக் கடன் சுமை, குடும்பப் பொறுப்புகள் என்று இருப்பவர்கள், பங்குச்சந்தையில் முதலீடு செய்வதைக் குறைத்துக்கொள்ள வேண்டும். காரணம், அவர்கள் ஏற்கெனவே ரிஸ்க் அதிகம் எடுத்துக்கொண்டிருக்கிறார்கள்.

எவ்வளவு காலம் விட்டு வைக்க முடியும்?

இதனைத் திரும்பத் திரும்பச் சொல்வதற்குக் காரணம் இருக்கிறது. 'பல ஆண்டுகளுக்குப் பலன் வேண்டுமானால் மரம் வளருங்கள். பல தலைமுறைகளுக்குப் பலன் வேண்டுமானால் பிள்ளைகளுக்குக் கல்வி கொடுங்கள்' என்பார்கள்.

மரங்கள், வைத்த ஓரிரு மாதங்களில் பலன் தராது. படிக்கிற பிள்ளைகள், பள்ளிப் பருவத்திலேயே பலன் தரத் தொடங்கி விட மாட்டார்கள். பொறுத்தால், தொடர் பலன் உண்டு. பங்குகளிலும் பணத்தை விதைத்துவிட்டு, அது பூ விட்டு, காய்த்துக் குலுங்க, காத்திருக்க வேண்டும்.

சில வருடங்கள் காய்க்காமல் பொய்க்கவும் செய்யலாம். அதை நம்பித்தான் என்று இறங்கிவிடக் கூடாது. அடிப்படை சாப்பாட்டு, வீட்டுச் செலவுகளுக்கே பங்குகள் தரும் டிவிடெண்ட்தான் என்று எதிர்பார்க்கிற நிலையில் முதலீடு செய்யக் கூடாது.

ஆகவே, எவ்வளவு வருடங்களுக்கு முதலீடு செய்யும் அந்தப் பணம் இல்லாமல் நம்மால் சமாளிக்க முடியும் என்று முடிவு செய்து கொள்வது அவசியம்.

குறுகிய காலம் - நீண்ட காலம்

எது நீண்டகாலம்?

நல்ல கேள்வி. முன்பெல்லாம் நிறுவனங்களில் 25 வருடங்கள் பணி செய்தால், நீண்ட கால சேவைக்கான விருதுகள் தருவார்கள். இந்த காலத்தில் யார்தான் அத்தனை வருடங்கள் ஒரே நிறுவனத்தில் பணிபுரிகிறார்? பத்து வருடம் அல்ல, ஐந்து வருடமே இப்போதெல்லாம் நீண்ட சேவை ஆகிவிட்டது. பெப்சி போன்ற நிறுவனங்களில் 5 வருடம் வேலை செய்தவர்களுக்கு 'லாங் சர்வீஸ் அவார்ட்' தருகிறார்கள். பங்குச்சந்தையிலும் இந்த மாறுபாடுகள் வந்திருக்கின்றன என்று சொல்லலாம். 5 வருடம் என்பதே நீண்டகாலம்தான். நீண்டகாலம் என்பது பங்குச்சந்தையைப் பொருத்தமட்டில், இனி 5 வருடங்கள் என்றே வைத்துக் கொள்ளலாம்.

ஏன் நீண்டகாலம்?

சில நிறுவனங்கள், புதிய திட்டங்களில் முதலீடு செய்திருக்கும். நாம் கவனிக்கத் தொடங்கும் நேரம், அவற்றின் செயல்பாடும்

லாபமும் இருக்கின்ற அளவைவிட, ஒன்றிரண்டு வருடங்களில் அதிகமாகலாம். காரணம், அந்தப் புதிய திட்டங்கள், முதலீடுகள், அவை தரும் பலன்கள்.

ஒரு நிறுவனத்தை முதலீட்டிற்காக தேர்வு செய்யும்முன் எப்படி அதனை அலசி ஆராயவேண்டும் என்பதற்கு உதாரணமாக, இரண்டு நிறுவனங்கள் தொடர்பான தகவல்களை மட்டும் பார்க்கலாம். இரண்டுமே பிரபலமான ஆங்கில பிசினஸ் இதழ்களில் வெளியான தகவல்கள்தான்.

1) இந்தியா கிளைக்கால் லிமிடெட்

இந்த நிறுவனம் சில ரசாயனங்களை உற்பத்தி செய்து வருகிறது. இந்த நிறுவனத்தின் பங்குகள் BSE மற்றும் NSE இரண்டிலும் பட்டியலிடப்பட்டுள்ளன. 27-6-2008 அன்று இதன் விலை ரூ.240.

2007-08-ம் நிதி ஆண்டில் இதன் விற்று முதல் (டர்ன் ஓவர்) ரூ.1,568 கோடி. நிகர லாபம் ரூ.178 கோடி. (தணிக்கைக்கு முன்) EPS 64.00. இதன் பங்கு விலை ரூ.240-டன் ஒப்பிட்டால், PE 3.7.

நிறுவனத்தின் அதிகப்படியான பங்குகளை வைத்திருக்கும் பெரிய பங்குதாரர் V.S.பார்த்தியா 49% பங்குகளை அவர் வசம் வைத்திருக்கிறார். 1998-ல் அவர் தந்தைக்கும், தந்தையின் சகோதரர்களுக்கும் இடையே பாகம் பிரித்தபிறகு, பார்த்தியா வசம் இருப்பது இவ்வளவு. தந்தையின் சகோதரர்கள் ஷ்யாம் மற்றும் ஹரி, ஜிபிலியண்ட் ஆர்கானிக்ஸ் என்ற நிறுவனத்தை நடத்துகிறார்கள்.

இந்தியா கிளைக்காலின் 45% வருமானம் மோனோ எத்திலீன் கிளைக்கால் (MEG) என்ற ரசாயனத்தில் இருந்து வருகிறது. இது, மொலாசஸ் எனப்படும் கரும்புச் சக்கையில் இருந்து பிரித்து எடுக்கப்படும் ஒரு பொருள். பாலியெஸ்டர் தயாரிப்பிலும் மற்ற சில தயாரிப்புகளிலும் பயன்படுத்தப்படுகிறது. இந்தியா கிளைக்கால் மட்டுமே உலக அளவில், கரும்புச் சக்கையில் இருந்து அதிக அளவில் MEG தயாரிக்கிறது. மற்றவர்கள் கச்சா எண்ணெயில் இருந்து தயாரிக்கிறார்கள்.

MEG தயாரிப்பில் இருக்கும் இன்னொரு பெரிய நிறுவனம் ரிலையன்ஸ் இண்டஸ்ட்ரீஸ் லிட் (RIL). அவர்களுடைய சொந்த

பாலியஸ்டர் தயாரிப்புக்காக சுமார் 5 லட்சம் டன் MEG தயாரிக்கிறார்கள். ரிலையன்ஸ் தேவை போக, நம் நாட்டில் 6.5 லட்சம் டன் MEG தேவைப்படுகிறது.

MEG தவிர இந்தியா கிளைக்கால், மேலும் 180 பொருட்களைத் தயாரிக்கிறது. 15 தேசங்களுக்கு ஏற்றுமதி செய்கிறது. பல பன்னாட்டு நிறுவனங்கள் உட்பட மொத்தம் 700 வாடிக்கையாளர்கள் இந்தியன் கிளைக்காலுக்கு இருக்கிறார்கள்.

கச்சா எண்ணெய் வழியாக இல்லாமல், கரும்புச் சக்கை வழியாகச் செய்தால் 15 முதல் 20% செலவு குறைவு என்று சொல்லப்படுகிறது. கரும்புச் சக்கை தவிர, சர்க்கரையிலிருந்தும் செய்யலாம் என்பதால், உ.பி. மாநிலத்தில் 47 கோடி ரூபாய்க்கு 'சாக்கும்பாரி சுகர் மில்ஸ்'ஸை வாங்கியிருக்கிறது இந்தியா கிளைக்கால்.

E.O எனப்படும் மற்றொரு ரசாயனத் தயாரிப்பின் திறனை அதிகப்படுத்த, இந்தியா கிளைக்கால், 25 கோடி ரூபாய் முதலீடு செய்கிறது. மேலும் 25 கோடி ரூபாய் முதலீட்டில் இரண்டு மதுபானத் தயாரிப்புத் தொழிலகங்களை (டிஸ்டில்லரீஸ்) நடத்துகிறது.

கரியமில வாயுவை உணவுத் துறையில் உள்ள (Food & Beverage) நிறுவனங்களுக்கு விற்பனை செய்ய 2 பாட்டிலிங் யூனிட்டுகள் அமைக்கிறது.

உத்தராகண்ட் மாநில அரசிடமிருந்து 47 ஏக்கர் நிலத்தைக் குத்தகைக்கு எடுத்து, அதில் மூலிகைகள் பயிரிட்டு, சாறுகளை 100% ஏற்றுமதி செய்யத் திட்டமிட்டுள்ளது. நோய்டாவில் 13,260 சதுர மீட்டர்கள் இடம் வைத்துள்ளது. அதில் 2.7 லட்சம் சதுர அடி இடத்தைக் கட்டி 2 லட்சம் சதுர அடியினை வாடகைக்கு விட உள்ளது.

இந்தப் புதிய முதலீடுகள் எல்லாம் 2010-ம் ஆண்டுவாக்கில் பலன் கொடுக்க ஆரம்பிக்கும் என்கிறது 15-6-2008 பிசினஸ் இந்தியா இதழில் எழுதப்பட்டுள்ள ஒரு கட்டுரை.

ஆ) காளிந்தி ரயில் நிர்மான்

புது தில்லியைச் சேர்ந்த கட்டுமான இன்ஜினியரிங் நிறுவனம் இது. இதன் தனிச்சிறப்பு ரயில்வேக்கான திட்டங்களை

நிறைவேற்றித் தருவது. புது தண்டவாளங்கள் போடுவது, மீட்டர் கேஜிலிருந்து பிராட் கேஜ் ஆக மாற்றுவது, சிக்னல்கள் அமைப்பது, நகர்ப்புற மெட்ரோ ரயில்களுக்கான திட்டங்களை நிறைவேற்றிக் கொடுப்பது போன்ற வேலைகளில் ஈடுபட்டுள்ளது.

டிசம்பர் 2007 வரை மட்டுமே காளிந்தியின் வசம் 500 கோடி ரூபாய் வேலைக்கான ஆணைகள் இருக்கின்றன. இந்த ஆணைகளில் 70 சதவிகிதம் ரயில்வே டிராக் வேலை தொடர்பானது. அதில் பெரும்பகுதி, ரயில் விகாஸ் பப்ளிக் பிரைவேட் பார்ட்னர்ஷிப்பில் கட்டப்படுபவை.

இந்திய அரசு 2008-09 ரயில்வே பட்ஜெட் அறிவிப்பில் 2011-12க்குள் நாட்டில் உள்ள அனைத்து மீட்டர் கேஜ் பாதைகளையும் அகல ரயில் பாதைகளாக மாற்றிவிடுவோம் என்று அறிவித்துள்ளது.

தில்லியில் உள்ள மெட்ரோ விரிவாக்கம் செய்யப்படுவதுடன், மும்பை, பெங்களூரு, சென்னை, ஹைதராபாத் போன்ற நகரங்களில் மெட்ரோ ரயில் கட்டுமானப் பணிகள் ஆரம்பிக்கப்பட்டுள்ளன, அல்லது ஆரம்பிக்கப்பட உள்ளன. இவையெல்லாம் சேர்த்து, அடுத்த 3 ஆண்டுகளில் சுமார் 20 ஆயிரம் கோடி ரூபாய்கள் பல்வேறு திட்டங்களில் செலவிடப்படும் என்று எதிர்பார்க்கப்படுகிறது.

2005 முதல் 2007-க்குள் காளிந்தியின் வருமானம் இரண்டு மடங்காகவும், நிகர லாபம் நான்கு மடங்காகவும் உயர்ந்துள்ளது. கூடவே ரயில்வேயை மட்டுமே நம்பியிருப்பது ஒரு பலவீனமாகவும் கருத இடம் உள்ளது என்கிறார் ஷிகா சர்மா (The Economic Times 17-3-2008). 27-6-2008 அன்று காளிந்தியின் விலை ரூபாய் 195.95. EPS ரூ. 14. PE 14.90. அதன் 52 வார அதிகபட்ச விலை ரூ.600. குறைந்தபட்ச விலை ரூ.190.

மேலே பார்த்த இரண்டு நிறுவனப் பங்குகளையும் ஒருவர் ஜூன் 2008-ல் வாங்கியிருந்தால், குறைந்தபட்சம் 2010 ஏப்ரல் வரையிலுமாவது வைத்திருக்க வேண்டும்.

மேலே குறிப்பிடப்பட்டுள்ள இரண்டு நிறுவனங்களும் அவற்றைப் பற்றிய தகவல்களும், ஒரு நிறுவனத்தின் பங்கை

வாங்கும்போது எவற்றைப் பற்றியெல்லாம் பார்க்கவேண்டும், என்பதற்கு மட்டுமே உதாரணங்கள். மற்றபடி, நடப்பு நிலவரங் களை கருத்தில்கொண்டுதான், பங்குகளை வாங்க முடிவெடுக்க வேண்டும்.

நிறுவனங்களின் விரிவாக்கத் திட்டங்கள், அவற்றின் லாப வாய்ப்புகள், அவற்றை நடைமுறைப்படுத்தும் திறன் போன்ற வற்றை இப்படி வாங்கும்முன் ஒருமுறை தெரிந்துகொண்டு விட்டால் போதாது. பின்பும் தொடர்ந்து அவற்றைப் பற்றி (தேடித்தான்) கவனிக்க வேண்டும். வாங்கி விட்ட பிறகு நமது நிறுவனம் போன்றதுதான். அதனால் விவரம் சேகரித்துப் பார்க்கத்தான் வேண்டும்.

இவை இரண்டும் உதாரணங்கள்தான். இதுபோல இன்னும் பல நிறுவனங்கள் இருக்கின்றன. ஏற்கெனவே இருக்கும் தொழில், வியாபாரங்களில் விரிவாக்கம் செய்து கொண்டிருப்பவை, புதிய வியாபாரங்களில் முதலீடு செய்பவை என்று பல வகைகளிலும், எதிர்காலத்தில் பலன் அளிக்கக்கூடிய நிறுவனங்கள் உள்ளன. கண்டுபிடிக்க வேண்டும்.

பங்குச்சந்தை வேறு பல காரணங்களுக்காக இறங்குகிறபோது, முன்கூட்டியே தேர்வு செய்து வைத்திருக்கிற நிறுவனங்களை வாங்க வேண்டும்.

ஒரு நிறுவனப் பங்கை எவற்றையெல்லாம் பார்த்து நமது போர்ட்ஃபோலியோவுக்கு தேர்வு செய்யவேண்டும்?

1) தொழில்களின் எதிர்காலம்

நாம் பங்குகள் வாங்குவது, லாபம் பார்க்க. அதற்கு அந்தப் பங்குகளின் லாபம் அதிகரித்துக் கொண்டே போக வேண்டும். அப்படிப்பட்ட நிறுவனங்கள் எவை?

1970-களில் எந்தப் படிப்புக்கு அதிகத் தேவையும் மதிப்பும் இருந்தது? பி.காம். படிப்புக்கு. அதற்குப் பிறகு பொறியிய லுக்கு. அதற்குப் பிறகு தகவல் தொழில்நுட்பப் படிப்புக்கு. ஒரு நேரம் பயோடெக். இனி சிவில் படிப்பும் அதிகம் தேவைப் படும்.

என்ன காரணம்? எந்தப் படிப்புக்கு வேலை கிடைக்குமோ அந்தப் படிப்புக்கு கிராக்கி. அவ்வளவுதான்.

ஆமாம். அது ஏன் மாறிக்கொண்டேயிருக்கிறது? வேலை வாய்ப்புகள் மாறத்தான் செய்யும். தொழில்நுட்பம் மாறுகிறது. வேளாண்மைச் சமூகம், தொழில் உற்பத்திச் சமூகமாகிறது. கிராமங்கள் குறைந்து, நகர மக்கள்தொகை அதிகரிக்கிறது. இவை காரணமாக, இன்றைய தேவைகள் நாளை குறைகின்றன. நாளை வேறு ஒரு புதுத்தேவை முளைக்கிறது (செல்போன் போல). அந்தத் தேவையைப் பூர்த்தி செய்ய, அதற்கெனப் படித்தவர்கள் தேவை. அதனால்தான் வேலைவாய்ப்புகள் மாறிக்கொண்டே இருக்கின்றன.

ஆக, தேவை மெல்லத் தொடங்கி, வேகமாக வளர்ந்து, பின்பு நிலையாகி, அதன்பின் குறையத் தொடங்கி, குறைந்து கொண்டே போகிறது. இதனை 'பிசினஸ் லைஃப் சைக்கிள்' என்கிறார்கள். சுழற்சி.

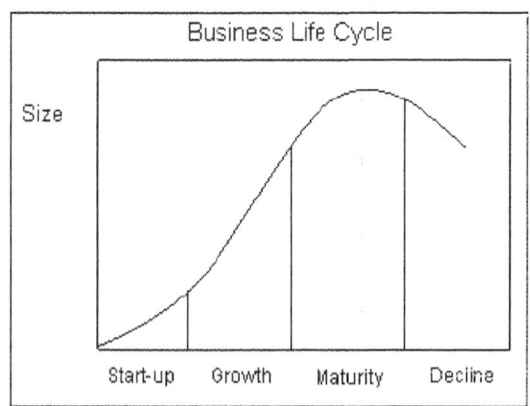

இந்தச் சுழற்சி மனிதன் முதல் நிறுவனங்கள்வரை பொதுவானது தான். பிறப்பு, வளர்ச்சி, உச்சம், முதிர்ச்சி, தளர்வு, ஓய்வுதானே மனித வாழ்க்கையின் சுழற்சி. சில பொருள்கள் (Products) மற்றும் சேவைகளுக்கும் (Services) கூட இது பொருந்தும்.

பிறக்கும்போது, ஒரு சில கிலோக்களே இருக்கும் குழந்தையின் எடை, போகப் போக, கிட்டத்தட்ட 18 வயது வரைதான் எவ்வளவு வேகமான வளர்ச்சி காணுகிறது! ஒரு குறிப்பிட்ட வயது வரை, வயது ஏற ஏற, உடல் எடையும் அதிகரித்துக்

கொண்டே போகும். 60, 70 கிலோவுக்குப் பிறகும் வளரலாம். ஆனால் முன்பு வளர்ந்த அதே அளவு வேகத்தில் வளர முடியுமா? எடை இரட்டிப்பாவது எல்லாம் சாத்தியமா?

அதேபோலத்தான் சில தொழில் துறைகளும். செல்பேசிச் சேவையைத் தரும் நிறுவனங்களை எடுத்துக்கொள்ளுங்கள். பார்தி ஏர்டெல், ரிலையன்ஸ் கம்யூனிகேஷன், ஐடியா போன்றவை. இன்று செல்பேசிச் சேவையைப் பெறும் வாடிக்கையாளரின் எண்ணிக்கை படுவேகமாக வளர்கிறது. மாதத்துக்கு பத்து லட்சத்துக்கும் மேற்பட்ட புதிய வாடிக்கை யாளர்கள் கிடைக்கிறார்கள். அதனால் இந்த நிறுவனங்களின் வருமானமும் அதிகரிக்கிறது; லாபமும் அதிகரிக்கிறது.

பத்தாண்டுகளுக்கு முன் நிலைமை எப்படி இருந்தது. இந்த நிறுவனங்கள் எவையுமே பங்குச்சந்தையில் இல்லை. ரிலையன்ஸ் இந்த தொழிலிலேயே இல்லை. அப்போது ஏர்டெல், லாபம் பார்க்க ஆரம்பிக்கவில்லை. ஐடியா செல்லுலார் துண்டு துண்டாக இருந்த பல நிறுவனங்களைச் சேர்த்து உருவாக்கப் பட்டது. மேலும் பல கைகள் மாறியுள்ளது. லாபம் என்பதைப் பற்றி எந்த மொபைல் சேவை நிறுவனமும் அப்போது யோசித்துக்கூடப் பார்க்கவில்லை. ஆனால் இப்போது? லாபத்தில் கொழிக்கின்றன.

பத்து ஆண்டுகள் கழித்து நிலைமை எப்படியிருக்கும்? அப் போது புதிதாக வாடிக்கையாளர்கள் கிடைப்பது எளிதாக இருக்காது. யாருக்கெல்லாம் மொபைல் போன் தேவையோ, அவர்கள் அதனை வாங்கி முடித்திருப்பார்கள். எனவே வளர்ச்சி குறைவாகவே இருக்கும். மொபைல்போன் நிறுவனங்கள் நஷ்டத்தை நோக்கிப் போகலாம். மெர்ஜர், அக்விசிஷன் எல்லாம் நடக்கும்.

எனவே இந்தத் துறையை உதாரணமாக எடுத்துக்கொண்டால், அடுத்த 5-6 ஆண்டுகள் பொற்காலம். இந்தத் துறையில் உள்ள எந்த நிறுவனத்தில் பணம் போட்டாலும் கொழிக்கும். அதற்குப் பின், முன்னணியில் இருக்கிற ஓரிரண்டு நிறுவனங்கள்தான் நன்றாக லாபம் கொடுக்கும். அதற்கு அடுத்த ஐந்தாண்டுகளில் என்ன ஆகும் என்று இப்போது சொல்ல முடியாது.

தகவல் தொழில்நுட்பத் துறை. டி.சி.எஸ், இன்ஃபோசிஸ், விப்ரோ போன்ற நிறுவனங்கள் கடந்த பதினைந்து ஆண்டு

களாகவே ஏறுமுகத்தில் இருக்கின்றன. அடுத்த பத்தாண்டுகளும் இந்த வளர்ச்சி இருக்கும். அதற்குப் பின்? அதையும் இப்போது சொல்வது கடினம்.

சிமெண்ட்? இரும்பு? சர்க்கரை? ரசாயன உரம்? மருந்துகள்? பயோடெக்னாலஜி? கட்டுமானத் துறை? இப்படி ஒவ்வொரு துறையையும் தனித்தனியாக எடுத்துக்கொண்டு ஆராயலாம்.

ஆக, பங்குகள் வாங்குகிறபோது, எந்தப் பொருள் தயாரிக்கிறது அல்லது எந்தச் சேவையினை அந்த நிறுவனம், வழங்குகிறது? அந்தப் பொருட்களுக்கு எதிர்காலத்தில் (குறைந்தபட்சம் 5 ஆண்டுகள்) சந்தை எப்படியிருக்கும்? கூடுமா? குறையுமா? பார்க்க வேண்டும். முன்பு நன்றாக இருந்திருக்கலாம். ஆனால் தற்சமயம் என்ன நிலை? வருங்காலத்தில் நிலை மாறுமா? எந்தப் பக்கம் காற்றடிக்கும்? பார்க்க வேண்டும்.

2) நிறுவனம் என்ன செய்கிறது?

விற்பனை வளரக்கூடிய வாய்ப்பு இருக்கிற தொழிலையே தேர்ந்தெடுத்தாகி விட்டது. அதன்பிறகு அந்த துறையில் இயங்குகிற பல நிறுவனங்களில், எந்த நிறுவனத்தின் பங்கை வாங்குவது? ஒரே தொழில், வியாபாரத்தில் இருக்கும் நிறுவனங்கள் எல்லாம் ஒன்றுதான் என்று சொல்லிவிட முடியுமா? டாடா ஸ்டீல், 100 ஆண்டுகளைத் தாண்டி இன்றும் கம்பீரமாக நிற்கிறது. லாபமீட்டுகிறது. முதலீட்டாளர்களுக்கு வாரிக் கொடுக்கிறது. அதே சமயம், அதே தொழிலில் இயங்கும் லாயிட் ஸ்டீல், இஸ்பாத் இண்டஸ்ட்ரீஸ், GM மிட்டல் SS போன்ற பல நிறுவனங்கள் என்ன செய்கின்றன? சில கடையை மூடிவிட்டன. வேறு சில நட்டத்தில் இப்போதா, அப்போதா என்று கதையை ஓட்டிக் கொண்டிருக்கின்றன.

சுந்தரம் பாசனர்ஸும் தேவ் பாசனர்ஸும் ஒன்றா? சில்வர் லைன் டெக்னாலஜியும் இன்போசிஸும் ஒரே தொழிலில்தான் இருந்தார்கள். இரண்டு நிறுவனங்களுக்கு இடையேயும் வித்தியாசம் இல்லையா?

ஹிந்துஸ்தான் மோட்டர்ஸும் கார்தான் (அம்பாசிடர்) தயாரிக்கிறார்கள். மாருதி உத்யோகும் கார்தான் தயாரிக்கிறார்கள். முதலீட்டாளராக இரண்டு நிறுவனங்களையும் ஒரே தட்டில் வைத்துப் பார்ப்போமா?

நல்ல தகவல் தேர்வு செய்ததுடன் வேலை முடியாது. அந்தத் தொழிலுக்குள் இருக்கும் நிறுவனங்களுள் எது சிறந்த உயிர்த் துடிப்புள்ள நிறுவனம் என்று தேட வேண்டும்.

தொழில் சுணக்கம் கண்டாலும், அந்த நிறுவனங்கள் ஏதாவது செய்து சமாளிப்பது மட்டுமல்ல, முன்னைக் காட்டிலும் வேகமாக எழும். துளிர்க்கும், செழிக்கும்.

டாடா ஸ்டீல், கோரஸ் என்ற ஆங்கிலேய-டச்சு இரும்பு நிறுவனத்தை விலைக்கு வாங்கியது. 2007-08 நிதி ஆண்டின் முடிவில் டாடா ஸ்டீலின் லாபத்துக்கான காரணம், பலத்த விமரிசனங்களுக்கு இடையே டாடா ஸ்டீல் விலைக்கு வாங்கிய கோரஸ் நிறுவனத்தின் லாபம்தான் என்கிறது அவர்களது Q1 காலாண்டு அறிக்கை.

ரிலையன்ஸ் இண்டஸ்டிரீஸ், 1980-களில் 'ஒன்லி விமல்' என்று விளம்பரம் செய்தது மட்டுமல்ல, பாலியஸ்டர் துணிகளையே நம்பியிருந்தது. அந்த வியாபாரம் மட்டுமே செய்துகொண்டிருந்தால், தற்சமயம் அதன் லாபமும் பங்கு விலைகளும் என்னவாக இருக்கும்?

பெட்ரோலியம், ரீடெயில் என்று பல துறைகளிலும் புகுந்து வளைய வருகிறதே... இதுதான் அடங்க மறுக்கும் உயிர்த் துடிப்பு என்பது.

விப்ரோ தொடக்கத்தில் ஒரு சமையல் எண்ணெய் தயாரிப்பு நிறுவனம்தான். சைக்கிள்கள் தயாரித்துகொண்டிருந்த ஹீரோ நிறுவனம், ஹீரோ ஹோண்டாவாகி, உலகின் நெ.1 இரு சக்கர வாகனத் தயாரிப்பு நிறுவனமாகத் தொடர்ந்து 7 ஆண்டுகளாகக் கோலோச்சும் நிறுவனமாக மாறிவிடவில்லையா? இத்துடன் நிற்காமல், டைம்லர் என்ற நிறுவனத்துடன் கைகோர்த்து சென்னையில் இலகு சரக்கு வாகனங்களைத் (LCV) தயாரிக்க இருக்கிறது.

TVS சுசுகியாக இருந்த நிறுவனம், TVS மோட்டாராகி, தற்சமயம் இருசக்கர வாகனங்களுடன் மூன்று சக்கர ஆட்டோக்களையும் (புதிய பொலிவுடன்) தயாரிக்க இருக்கிறது.

GE ஷிப்பிங், கடலில் எண்ணெய் அகழ்ந்தெடுக்க, GE Offshore என்கிற புதிய குட்டி ஒன்றினை ஈன்றுள்ளது. அந்தக் குட்டி

யானை, வேகமாக இன்னொரு பெரிய யானையாக வளர்ந்து கொண்டிருக்கிறது. சத்தமில்லாமல். செட்டிநாடு சிமென்ட், உற்பத்தியில் பழைய முறையை மாற்றி புதிய முறைக்கு (Dry Process) வந்திருக்கிறது.

மகேந்திரா & மகேந்திரா வெறும் வாகனத் தயாரிப்பு நிறுவனமாக நின்றுவிடவில்லை. தகவல் தொழில்நுட்பம், மென்பொருள் தயாரிப்பில் இறங்கி லாபம் பார்க்கிறது. சென்னையில் மகேந்திரா சிட்டி என்கிற சிறு தொழில் நகரத்தையே உருவாக்கி வாடகைக்கு விட்டு லாபம் பார்க்கிறது. எந்தத் தொழில்கள் சிறப்பாக நடைபெறும், எதில் லாபம் கொட்டும் என்றெல்லாம் கண்கொத்திப் பாம்பாக பார்த்துக் கொண்டேயிருப்பார்கள், உயிர்ப்புள்ள நிர்வாகத்தினர்.

சில நிறுவனங்கள் தூசு அடைவதற்கும், சோம்பிப் போவதற்கும் அதன் நிர்வாகத்தினரே பொறுப்பு.

3) நிர்வாகத் தரம் என்ன?

வெற்றி பெறப் போகிற திறன்மிக்க நிர்வாகங்கள் இருக்கிற நிறுவனங்களை அடையாளம் கண்டு, அந்தப் பங்குகளைத்தான் நமது போர்ட்ஃபோலியோவுக்கு வாங்க வேண்டும்.

எப்படிப்பட்ட நிர்வாகம் வேண்டும்?

அ) வெளிப்படையான நிர்வாகம்

நிறுவனத்தில் நடக்கும் அல்லது நிறுவனத்துக்கு ஏற்படப் போகும் நல்லது, கெட்டதுகளை வெளிப்படையாகச் சொல்லி, பங்குதாரர்களை உஷார்ப்படுத்தும் நிர்வாகமே சிறந்தது. பொய்யான தகவல்களைப் பரப்பி, தவறான எண்களைக் காண்பிக்கும் நிறுவனப் பங்குகளை வாங்கவேண்டாம். சத்யம் கம்ப்யூட்டர்ஸ் பற்றி வெளியான தகவல்கள் இதற்கு ஓர் உதாரணம்.

ஆ) முனைப்பான நிர்வாகம்

இருக்கும் துறையில் எதையெல்லாம் செய்யலாம்; புதிய துறை கள் எவற்றில் புகலாம்; எப்படியெல்லாம் நிறுவனத்தின் வருமானத்தைப் பெருக்கலாம் என்று திட்டம் தீட்டி பங்குதாரர்

களுக்குச் சமர்ப்பிக்கும், தொலைநோக்குப் பார்வை மிகுந்த நிர்வாகம்தான் சரி.

வரும்முன்னர் காக்கும் நிறுவனத்திற்கு உதாரணமாக ஐடிசி நிறுவனத்தை சொல்லலாம். சிகரெட், புகையிலைப் பொருள்களுக்குப் பெயர் போனது இந்த நிறுவனம். கொழுத்த லாபம். வருமானம் பெருகிக்கொண்டே போகிறதுதான். ஆனால் ஒரு பிரச்னை. புகையிலையால் மக்களுக்கு உண்டாகும் பேராபத்தைக் கருத்தில் கொண்டு, அரசு தொடர்ந்து புகையிலைப் பொருள்கள் விற்பனையைக் குறைக்க அல்லது தடுக்க முயற்சிகளை மேற்கொண்டுவருகிறது. எனவே இன்று இல்லாவிட்டாலும் என்றாவது ஒரு நாள், கூடிய விரைவிலேயே ஐடிசியின் வருமானம் குறையும். லாபம் குறைவது மட்டுமல்ல நட்டமே வரலாம்.

வந்தபிறகு பார்த்துக் கொள்ளலாம் என்று ஐடிசியின் நிர்வாகத்தினர் நினைக்கவில்லை. பத்தாண்டுகளுக்கு முன்பிருந்தே திட்டம் தீட்ட ஆரம்பித்தனர். புகையிலை தொடர்பில்லாத மற்ற என்னவெல்லாம் செய்யமுடியுமோ, அனைத்தையும் செய்ய வேண்டும்; பாதிக்கு மேல் வருமானம் புகையிலை அல்லாத தொழில்களிலிருந்து வரவேண்டும் என்று முடிவு செய்தனர். விளைவாக, சிகரெட் விற்ற பணத்தை, ஹோட்டல்கள், பிஸ்கட், ஆயத்த ஆடைகள், பேப்பர் என்று தொழில்களில் முதலீடு செய்தனர்.

இ) லாபத்தை நம்முடன் பகிர்ந்துகொள்ளும் நிர்வாகம்

லாபம் வருகிறது. அதில் ஒரு பெரும் பங்கு நிறுவனத்தை மேலும் மேலும் வளர்த்த, முதலீடாக வேண்டும். நியாயம்தான். ஆனால் மீதியை என்ன செய்வது? சில நிறுவனங்கள் ஒரு சதவிகிதம்கூட டிவிடெண்டாக பங்குதாரர்களுக்குக் கொடுப்பதில்லை.

உலகிலேயே பெரும் பணம் ஈட்டும் நிறுவனங்களில் ஒன்று மைக்ரோசாஃப்ட். 1986-ல் அந்த நிறுவனம் பங்குச்சந்தைக்கு வந்தது. அன்றிலிருந்து 2002-ம் ஆண்டு முடிவு வரை அவர்கள் பங்குதாரர்களுக்கு டிவிடெண்டாக எதுவுமே கொடுக்கவில்லை என்றால் நம்பமுடிகிறதா? 16 ஆண்டுகள்! அதன் பின், 2003-ல் தான் முதல்முறையாக ஈவுத்தொகையைக் கொடுத்தனர். அந்தச் சமயத்தில் அவர்கள் கைவசம் ரிசர்வ்ஸ் ஆக எவ்வளவு பணம்

இருந்தது தெரியுமா? 43 பில்லியன் அமெரிக்க டாலர்கள்! அதாவது இந்தியப் பணத்தில், சுமார் 2 லட்சம் கோடி ரூபாய்கள்! அவர்கள் ஈவுத்தொகையாகக் கொடுக்க முடிவுசெய்த தொகை, ஒரு பில்லியன் டாலருக்கும் குறைவு!

அதனால் மைக்ரோசாஃப்ட் பங்குகளை வாங்கக்கூடாது என்பதில்லை. ஆனால் இரண்டு நிறுவனங்கள் ஒரே மாதிரியான தன்மையில், ஒரே மாதிரியான செயல்பாட்டுடன் இருக்கும் போது, ஒரே மாதிரியான லாபங்களைப் பெறும்போது, ஈவுத் தொகை கொடுக்கும் நிறுவனத்தையே நாம் வாங்கலாம்.

ஈ) திறன் மிக்க நபர்கள்

ஒரு நிறுவனத்தின் வெற்றி தோல்விகளுக்கு அதன் CEO மற்றும் ஏனைய நிர்வாகத்தினரே பொறுப்பு. உலகின் போக்கையும், சமுதாயத்தின் தேவைகள், ரசனைகளையும், அரசின் கொள்கை களையும் எந்த ஒரு நிறுவனத்தாலும் மாற்றவோ கட்டுப்படுத்தவோ முடியாது. அவை மாறிக்கொண்டேதான் இருக்கும். நிறுவனங்கள் அதனை ஓரளவு ஊகிக்கலாம். பின்பு அதனைப் பின்பற்ற வேண்டியதுதான். பிழைக்கவேண்டு மானால், வேறு வழியில்லை.

ஒவ்வொரு நிறுவனத்தின் ஆண்டறிக்கையிலும் அந்த நிறுவனத் தில் பணிபுரியும் முக்கியமான ஊழியர்களின் கல்வித் தகுதி, அனுபவம், முன்பு வேலை பார்த்த இடங்கள், அவர்களின் ஊதியம் முதலியன பற்றி குறிப்பிட்டிருப்பார்கள். அதிலிருந்து அந்த நிறுவனத்தின் நிர்வாகம் எப்படிப்பட்டது என்று தெரிந்து கொள்ளமுடியும்.

நல்லனவற்றைப் பார்க்கும் அதே நேரம், சில நிறுவனங்களின் நிர்வாகத்தினர் அந்த நிறுவனத்துக்குக் கொடுக்கக்கூடிய சிரமங்களையும் கவனத்தில் கொள்ளவேண்டும்.

சில நிர்வாகங்கள், சில நிறுவனங்களை நடத்துவதே, அவர் களுடைய தனிப்பட்ட நலனுக்குத்தான். அவர்களைப் பொருத்த வரை, பங்குதாரர்கள் நலன் என்பது இரண்டாம் பட்சம்கூட இல்லை, ஏழாம் எட்டாம் பட்சமாகத்தான் இருக்கும்.

தேவையற்ற சொந்த ஆடம்பரச் செலவுகளை, நிறுவனக் கணக் கில் காண்பித்து எடுத்துக்கொள்வார்கள். பக்கத்து ஊருக்குப்

போவது என்றால்கூட தனி விமானத்தில் பறப்பார்கள். மிகப் பெரிய தொகையை தனது ஊதியமாக எடுத்துக்கொள்வது மட்டுமல்ல, மனைவி, பிள்ளைகள், பேரன்களையும் நிறுவனத்தில் ஏதோ பதவியில் உட்காரவைத்து, சம்பளத்தையும் வசதிகளையும் அள்ளிவிடுவார்கள். எல்லாம் யார் பணம்? ஏனைய சிறு முதலீட்டாளர்களின் பணம்தான்!

சில நிர்வாகங்கள் அதிக அரசியல் தொடர்பு வைத்திருப்பார்கள். சில சமயங்களில் நிறுவனத்துக்குச் சாதகமாக தென்படும் இதே தொடர்பு வேறு சமயங்களில் தொந்தரவாகவும் மாறலாம். இவற்றையும் பங்குகள் வாங்கும்போது கவனிக்க வேண்டும்.

4) சாதகமான வருங்கால மாற்றங்கள்

வருங்காலம் எப்படியிருக்கும்? மக்களின் போக்கு எப்படியுள்ளது? நிகழ்கின்ற, நிகழப் போகிற அரசியல், பொருளாதார, சமூக மாற்றங்கள் என்னென்ன? அப்படி மாற்றங்கள் வந்தாலும் நிலைபெற்று இருக்கக் கூடிய வியாபாரங்கள் எவை? அதனால் பாதிக்கக் கூடிய வியாபாரங்கள் எவை? அல்லது மிகச் சிறந்த பலன் பெறப் போகிற விவரங்கள் எவை? என்பதை முன் கூட்டியே கணித்தால் சரியான நிறுவனத் தேர்வுகள் செய்யலாம். அடுத்த பல ஆண்டுகளுக்கு நிச்சய லாபம் பார்க்கலாம்.

சில பொருட்களின் உற்பத்தி, அதிகரிக்கும் தேவையுடன் ஒப்பிடும்போது குறைவாக இருக்கும். உதாரணத்துக்கு 2008-ல் உலகம் சந்தித்த உணவுப் பொருள் பற்றாக்குறை. பெட்ரோலியப் பொருட்களின் விலை 2008-ல் வரலாறு காணாத அளவு அதிகரித்தது. இதனால், அமெரிக்காவில் பல விவசாயிகள் மக்காச் சோளம் பயிரிடுவதில் இறங்கினர். அதனைக்கொண்டு, பயோ டீசல் எனப்படும் மாற்று எரிபொருளை உருவாக்கலாம் என்ற திட்டத்தில் அவர்கள் இணைந்தனர்.

இதனால் உணவுப் பொருள் உற்பத்தி செய்யவேண்டிய விளை நிலங்கள் குறைந்தன. விளைவு, உலகச் சந்தையில் உணவுப் பொருளின் விலையேற்றம்.

பல இடங்களிலும் சிறு சிறு அளவுகளில் நடைபெறும் மாற்றங்களை தனி நபர்களால் வேறுபடுத்தி, உணர முடியாது. சேர்த்துப் பார்க்கும்போது, புள்ளிவிவரங்கள், அவற்றின் திரட்சியைக் காட்டும். எந்தத் திசையில் பயணம் நடக்கிறது என்று தெரியவரும்.

தொழில்நுட்ப வளர்ச்சிகளும் சில நிறுவனப் பொருட்களின் தேவையை ஒன்றுமில்லாமல் செய்து விடும்.

டிஜிட்டல் கேமரா வந்தபிறகு பிலிம் போடும் கேமராக்களின் வளர்ச்சி மந்தமானது. செல்போனிலேயே கேமரா என்றானதும், டிஜிட்டல் கேமராவின் வியாபார வளர்ச்சி கத்திரிக்கப்பட்டது.

மக்கள் தொகை வளர்ச்சி, பொருளாதார வளர்ச்சியை கணக்கில் எடுத்துக் கொண்டு எவரேனும் 2008-ல் எவ்வளவு கம்பி வழித் தொலைபேசிகள் விற்பனையாகக் கூடும் என்று 1998-ல் ஒரு கணக்குப் போட்டிருந்தால், அந்தக் கணக்கு என்னவாகி யிருக்கும்!

மொத்தத்தில், பங்குகளைத் தேர்ந்துதான் வாங்க வேண்டும். பல வருடங்கள் வைத்திருக்க வேண்டும் என்பதால், அதற்குரிய அளவு கவனத்துடனும், அணுகுமுறையுடனும் தேர்வு செய்வது நல்லது.

5) என்ன பொருள்? என்ன சேவை?

அடுத்து, நிறுவனம் எதை விற்பனை செய்கிறது என்று பார்க்கலாம்.

ரிலையன்ஸ் இண்டஸ்டிரீஸ் என்றால் பெட்ரோலியம் சுத்தி கரிப்பு. கச்சா எண்ணெயைச் சுத்திகரித்து, அதிலிருந்து LPG, புரொபிலீன், நாஃப்தா, பெட்ரோல், விமான எரிபொருள், உயர்தர மண்ணெண்ணெய், ஹை ஸ்பீடு டீசல், சல்பர் மற்றும் கோக் (குடிக்கும் கோக் அல்ல எரிக்கும் கோக்) ஆகியவற்றை வெளியே எடுப்பது.

அதைத் தவிர, பாலிமர்கள் (ஐந்து வகை), ரசாயனங்கள் (இரண்டு வகை), இழைகள், பாலியெஸ்டர், துணிகள், சில்லறை வியா பாரக் கடைகள் என்று பல வகையிலும் பரந்துபட்டிருக்கிறது ரிலையன்ஸ் இண்டஸ்டிரீஸ்.

எல்லா நிறுவனங்களும் இப்படி இருக்காது. டாடா ஸ்டீல் என்றால் இரும்பு மட்டும்தான். அதில் பல வகைகள் இருக்க லாம். DLF என்றால் கட்டுமானம், பார்தி என்றால் செல்போன் சேவை. இந்தியன் ஹோட்டல்ஸ் என்றால் ஐந்து நட்சத்திர ஹோட்டல்கள்.

ஒரு நிறுவனத்தின் விற்பனைப் பொருட்கள் அல்லது சேவைகள் என்னவென்று தெரிந்தால்தான், முன்பு பார்த்த வருங்காலம் எப்படியிருக்கும் என்பதைக் கணிக்க முடியும்.

தேவை

- எவ்வளவு காலத்துக்கு வியாபாரம் செழிப்பாக நடக்கும்?
- எவ்வளவு அதிகமான விற்பனைச் சாத்தியம் உண்டு?
- எல்லா ஊர்களிலும் தேசங்களிலும் செல்லுபடியாகுமா?

தயாரிப்பு

- எல்லா இடங்களிலும் தயாரிக்க முடியுமா?
- விரிவாக்கத்துக்குத் தேவையான அளவு இடம், இயந்திரங்கள், மூலப்பொருட்கள், ஊழியர்கள் கிடைப்பார்களா?

லாபம்

- போட்டியாளர்கள் இதேபோன்ற தொழிலுக்கு வருவது சாத்தியமா?
- எவ்வளவு சீக்கிரம் வரமுடியும், அல்லது வரமுடியாது?
- பெரிய அளவில் மக்களிடம் வியாபாரம் செய்யும்போது, பழைய அளவு லாபம் கிடைக்குமா அல்லது குறையுமா?

6) மார்க்கெட் ஷேர் எவ்வளவு?

ஒரு நிறுவனம், நல்ல வாய்ப்பிருக்கிற பொருளைத் தயாரிக்கலாம். ஆனால் அதனை எவ்வளவு உற்பத்தி செய்து வியாபாரம் செய்கிறார்கள்? போட்டியாளர்கள் இல்லாத உலகம் கிடையாதே. குறிப்பிட்ட நிறுவனத்துக்கு எவர் போட்டியாளர்? அவர் திறன், வியாபாரம் எவ்வளவு? நாம் பங்கு வாங்க நினைக்கும் நிறுவனம், அதன் தொழிலில் எவ்வளவு தூரம் காலூன்றி யிருக்கிறது?

வாரன் பஃபட் பங்குகள் வாங்குவதற்குமுன் அந்த நிறுவத்தினை பற்றி ஆராய்ந்து தெரிந்துகொள்ளுவதற்கு இரண்டு வழிகளைப் பயன்படுத்துவார். ஒன்று, அந்த நிறுவனங்களின் ஆண்டறிக்கைகள் மற்றும் பிற வெளியிடப்பட்டுள்ள ஆவணங்களைப் படிப்பார். இரண்டாவது, அந்த நிறுவன ஊழியர்கள் மட்டுமல்ல, அவர்களது போட்டியாளர்களின் ஊழியர்களிடமும் அவரே நேரடியாக பேசுவாராம்.

சில சமயங்களில் துப்பறிபவரைப் போல, நிறுவனங்களின் கடைகளுக்குப் போய் நடப்பனவற்றையும் அவர் (வேவு!) பார்ப்பதும் உண்டாம். நிறுவனத்தின் பொருள் அல்லது சேவைக்கு சந்தையில் என்ன மதிப்பு? அது எவ்வளவு சந்தையைப் பிடித்து வைத்திருக்கிறது?

சில தொழில்களில், சில நிறுவனங்களுக்குப் போட்டியே கிடையாது. (இந்தியாவில் இந்தியன் ரயில்வே. வருட லாபம் 25,000 கோடி.)

வேறு சில தொழில்களில் நசநசவென்று ஏகப்பட்ட நிறுவனங்கள் இருக்கும். அந்த நிறுவனங்கள் விலையில் கவனம் செலுத்தியாக வேண்டும். அதனால் லாபம் குறையும். உதாரணம் முட்டை வியாபாரம்.

ஆயுள் காப்பீடுத் துறையில் எத்தனையோ தனியார் நிறுவனங்கள் வந்துவிட்டாலும், அவையெல்லாம் மிக வேகமாக வளர்ந்தாலும், ஆஜானுபாகுவாக, உயர்ந்து நிற்பது, இன்னமும் மிகப் பெரிய மார்க்கெட் ஷேர் வைத்திருப்பது LIC-தான். (ஆனால் இன்னமும் மத்திய அரசு நிறுவனம்தான். பங்குகளை வாங்கமுடியாது)

7. பெருக்கத்தக்க வியாபாரம்

வியாபாரங்களில் சில வழிமுறைகளை விரிவுபடுத்திக் கொண்டே போக முடியும். வேறு சில, தொடக்கத்தில் இருக்கும் சிறு வடிவத்தில் அளவில் நல்ல லாபம் தரும். வடிவத்தை விரிவாக்கம் செய்வது சிரமமாக இருக்கும். அல்லது அதற்கான செலவு, வரக்கூடிய லாபத்தைவிட அதிகமாக இருக்கும்.

விரிவாக்கும் தன்மையை Scalability என்பார்கள். 'சிறிய அளவில் நன்றாகத்தான் இருக்கிறது. விரிவுபடுத்திச் செய்ய முடியுமா?' என்று பார்ப்பது. ஆனால் எல்லா நிறுவனங்களாலும் விரிவு படுத்திக்கொண்டே போகமுடியாது. இதைச் செயல்படுத்தவும் சரியான நிர்வாகம் தேவை.

8. அரசின் கொள்கைகளால் பாதிப்பு

நாட்டில் பணவீக்கம் அதிகரிக்கிறதா? ரிசர்வ் வங்கி CRR மற்றும் 'ரெபோ ரேட்'டை அதிகப்படுத்தும். இதனால் வங்கிகளுக்குக் கூடுதல் சுமை. லாபம் பாதிக்கப்படும்.

அரசு, விவசாயக் கடன்களை தள்ளுபடி செய்கிறதா? குறிப்பிட்ட சாராருக்குக் கட்டாயமாகக் கடன் கொடுக்கவேண்டும் என்கிறதா? அவையெல்லாம் முதலீட்டாளர்கள் எடுக்கும் முடிவல்ல. அரசு எடுக்கும் முடிவுகள். இவற்றால் அரசு வங்கிகளின் லாபம் பாதிக்கப்படும். அது அந்தப் பங்குகளை பாதிக்கும்.

9. ஒரே பொருள் அல்லது சேவையா? பலவா?

சவுதி அரேபியா நாட்டின் மொத்த வருமானத்தில் 75% வருவது கச்சா எண்ணெய் விற்பனையை வைத்துத்தான். இது பலமா? பலவீனமா? தற்சமயம் பலமாக இருப்பது, வேறு சில சூழ்நிலைகளில் பலவீனமாக மாறும். கச்சா எண்ணெய் பீப்பாய்க்கு 140 டாலர் என்ற நிலையில் எண்ணெய் நாடுகள் செல்வத்தில் கொழித்தன. பின்பு (ஜனவரி 2009) பீப்பாய் 40 டாலர் என்ற நிலையில் இதே நாடுகளின் வருமானம் சடாலெனக் குறைந்துள்ளது. ஒரே பொருளை நம்பியிருப்பதால்தான் இந்தப் பிரச்னை.

சில நிறுவனங்கள் மிக நல்ல லாபம் தரும். ஒன்று அல்லது ஒரு சில பொருட்களையே நம்பியிருக்கும். உதாரணத்துக்கு ஹீரோ ஹோண்டாவும் TVS மோட்டாரும் இரு சக்கர வாகனங்களை மட்டுமே உற்பத்தி செய்கின்றன. ஆனால் இரண்டு நிறுவனங்களுமே, தற்சமயம் மாற்றுப் பொருட்களையும் உற்பத்தி செய்யத் திட்டமிட்டுள்ளன. ஒன்று இலகு ரக பொது வண்டிகளையும் மற்றொன்று மூன்று சக்கர ஆட்டோ ரிக்ஷாக்களையும்.

டெக்ஸ்மேக்கோ முன்பு சிமெண்ட் மட்டும் தயாரித்தது. தற்சமயம் ரயில்வே வேகன்கள் தயாரிக்கிறது. ரிலையன்ஸ் இண்டஸ்டிரீஸ், சில்லரை விற்பனைக் கடைகளைத் திறக்கிறது.

நாம் ஏற்கெனவே பார்த்த ஐ.டி.சி உதாரணத்தில் எப்படி இந்த டைவெர்சிஃபிகேஷன் - அதாவது ஒரு தொழிலில் ஆரம்பித்து பல தொழில்களுக்கு விரிவாக்குவது உதவியுள்ளது என்று பார்த்தோம். ஆனால் அதே நேரம், பல தொழில் குழுமங்கள் திட்டமின்றி முதலீடு செய்து நட்டத்தில் சென்றுள்ளன.

ஒரு கட்டத்தில் டாடா குழுமத்திடம் 150-க்கும் மேற்பட்ட தொழில்கள் இருந்தன. ரத்தன் டாடா, அவற்றில் பலவற்றை

துறந்து, எவை மேற்கொண்டு வளருமோ அவற்றை மட்டும் தக்கவைத்துக்கொண்டார்.

முதலீட்டாளர்கள் இதையும் கவனிக்கவேண்டும். ஒரேயொரு பொருள் அல்லது சேவையும் ஆபத்து. ஏகப்பட்ட பொருள்கள் இருந்தாலும் ஆபத்து. 'ஆப்டிமம்' எண்ணிக்கை இருக்க வேண்டும். அனைத்தையும் நிர்வகிக்கும் திறமையும் நிறுவனத் திடம் இருக்கவேண்டும்.

10. வேண்டிய அளவு பங்குகள் சந்தையில் உள்ளனவா?

ஒரு நிறுவனம் எவ்வளவு பங்குகளை வெளியிட்டிருந்தாலும், அவற்றில் எத்தனை, சந்தையில் விற்பனைக்கு கிடைக்கும் என்பது முக்கியம். அத்துடன், அந்த நிறுவனத்தில் முதல் போட்டிருப்பவர்கள் யார் யார்? எந்தப் பங்குதாரர்கள் நிறுவனத்தின் பங்குகளில் எவ்வளவு வைத்திருக்கிறார்கள் என்பதையும் தெரிந்துகொள்வது நல்லது.

- தொழில் தொடங்கியவரே (புரமோட்டர்) நிறையப் பங்கு களை வைத்திருக்கிறாரா அல்லது குறைவாகவா?
- FII-க்கள் எனப்படும் அந்நிய முதலீட்டு நிறுவனங்கள் எத்தனை சதவிகிதப் பங்குகளை வைத்திருக்கிறார்கள்?
- உள்நாட்டு முதலீட்டு நிறுவனங்கள் எவ்வளவு வைத்திருக்கி றார்கள்?
- பரவலாகப் பொதுமக்கள் வசமிருப்பது எவ்வளவு?

11. பண்டமென்டல்ஸ் எப்படி?

இவற்றைத் தவிரவும் பல விஷயங்கள் நமக்குத் தேவை.

- டெட்-ஈக்விட்டி ரேஷியோ என்ன?
- ரிட்டர்ன் ஆன் இன்வெஸ்ட்மெண்ட் (ROI) எவ்வளவு?
- வருவாய் எவ்வளவு?
  - வியாபார வருவாய்
  - பிற வருவாய்கள்
  - கடந்த சில காலாண்டுகளில் வருவாய் எப்படி?
- தயாரிக்கும் பொருட்களுக்கு வரிகள் எப்படி?

- கிராஸ் பிராபிட் மார்ஜின் (GPM) எவ்வளவு? கடந்த சில காலாண்டுகளாக, அது கூடுகிறதா? குறைகிறதா?
- நிகர லாப சதவிகிதம் (NPM) எவ்வளவு?
- ஒரு பங்கின் சம்பாத்தியம் (EPS) எப்படியுள்ளது?
- ஆண்டாண்டு வளர்ச்சி விகிதம் எப்படி உள்ளது?
- பகிர்ந்தளிப்பது - டிஸ்ட்ரிபியூஷன் - எப்படி?
    - தொடர்ந்து உயர்கிறதா?
    - லாபத்தில் என்ன சதவிகிதம் கொடுக்கப்படுகிறது?
- டிவிடெண்ட் ஈல்டு எப்படி உள்ளது(பங்குவிலையை டிவிடெண்ட் தொகையால் வகுப்பது)?
- பங்கு ஒன்றின் சொத்து மதிப்பு (புக் வேல்யு) எவ்வளவு?
- பங்கு விற்கும் விலைக்கும் சொத்து மதிப்புக்கும் உள்ள விகிதம் (P/BV) என்ன?
- பங்குச்சந்தைகளில் எந்தக் குழுக்களில் சேர்க்கப் பட்டுள்ளது?
    - சமீபத்தில் ஏதும் மாற்றம் வந்ததா?
    - மாற்றம் வரப்போகிறதா?

12) விலைகள் என்ன?

- தற்போதைய விலை
- சமீபத்தில் உயர்ந்துள்ளதா?
- கடந்த 52 வாரங்களில் (1 வருடம்) அதிகபட்ச விலை எவ்வளவு?
- கடந்த 52 வாரங்களில் குறைந்தபட்ச விலை எவ்வளவு?
- நிறுவனம் தொடங்கியதில் இருந்து தற்சமயம் வரை உள்ள காலகட்டத்தில் மிக அதிகம் அடைந்த விலை என்ன?
- மற்ற ஒப்பிடக்கூடிய நிறுவனங்களுடன் சேர்த்துப் பார்த்தால் இதன் விலை எப்படி?
- கடந்த ஒரு மாதத்தில், வாரத்தில், 2 தினங்களில் தினசரி வர்த்தகமாகும் பங்கு எண்ணிக்கை (வால்யூம்) எவ்வளவு?

முதலீடு செய்வதற்கு ஒரு பங்கினை தேர்வு செய்வதற்கு முன், மேல் சொன்னவற்றையெல்லாமும் *(மூச்சு வாங்குகிறதோ!)* பார்க்கவேண்டும்.

பண்டமெண்டல்ஸ் - சில உதாரணங்கள்

ஆயிரக்கணக்கான நிறுவனங்கள் இருந்தாலும் மாதிரிக்காக சில நிறுவனங்களை மட்டும் இவற்றைப் பற்றிப் பார்ப்பதற்கு எடுத்துக்கொள்வோம். அவற்றில் சில சிறிய நிறுவனங்கள். வேறு சில பெரிய நிறுவனங்கள். பல்வேறு துறைகள் சார்ந்தவை. ஆனால் எல்லாம் கௌரவமான, நம்பத்தகுந்த நிறுவனங்கள். கொடுக்கப்பட்டிருக்கும் விவரங்கள் எல்லாம் ஜுலை 2008 நிலவரப்படி.

அ) ஈக்விடி எவ்வளவு

எண்	நிறுவனம்	ரூபாய் கோடிகளில்	குறிப்பு
1.	சாந்தி கியர்ஸ்	8.17	ஸ்மால் கேப்
2.	டிவிஸ் லேப்	12.91	மிட் கேப்
3.	இந்தியா கிளைக்கால்	27.88	மிட் கேப்
4.	L & T	56.65	மிட் கேப்
5.	GE ஷிப்பிங்	152.27	லார்ஜ் கேப்
6.	டாடா கெமிக்கல்ஸ்	234.06	லார்ஜ் கேப்
7.	ஹிந்துஸ்தான் லீவர் (HLL)	217.75	லார்ஜ் கேப்
8.	விப்ரோ	292.30	லார்ஜ் கேப்
9.	பெல் (BHEL)	489.52	லார்ஜ் கேப்
10.	HDFC வங்கி	354.43	லார்ஜ் கேப்

ஆ. யார் யார் எவ்வளவு வைத்திருக்கிறார்கள்?

எண்.	நிறுவனம்	நிறுவனர்கள் (Promoters)	FII-க்கள்	மற்ற நிறுவனங்கள்
1.	சாந்தி கியர்ஸ்	44.69	2.13	22.18
2.	டிவிஸ் லேப்	53.53	15.61	14.06
3.	இந்தியா கிளைக்கால்	--	--	--
4.	L & T	0.00	16.61	37.69

5.	GE ஷிப்பிங்	29.75	21.04	13.03
6.	டாடா கெமிக்கல்ஸ்	29.15	10.46	30.41
7.	ஹிந்துஸ்தான் லீவர் (HLL)	52.11 *	15.15	15.19
8.	விப்ரோ	79.45	5.24	2.40
9.	பெல் (BHEL)	67.72 ×	18.07	8.60
10.	HDFC வங்கி	23.26	25.89	6.22

* *வெளிநாட்டவர்,* × *மத்திய அரசு*

இ) லாபத்திறன், கடன்கள், சொத்துக்கள் எப்படி இருக்கின்றன?

எண்.	நிறுவனங்கள்	டெட், ஈக்விட்டி ரேஷியோ	புக் வேல்யு பங்குக்கு ரூ.	ஆண்டு வருவாய் ரூ.கோடி	GPM %	NPM %
1.	சாந்தி கியர்ஸ்	0.54	20.77	244	36.66	17.97
2.	டிவிஸ் லேப்	0.28	419	1,033	40.15	33.77
3.	இந்தியா கிளைக்கால்	--	--	1,524	19.32	11.40
4.	L & T	--	--	25,187	--	--
5.	GE ஷிப்பிங்	0.71	--	2,580	54.43	42.35
6.	டாடா கெமிக்கல்ஸ்	0.43	--	4,246	27.13	19.72
7.	ஹிந்துஸ்தான் லீவர் (HLL)	0.06	6.61		13.96	12.58
8.	விப்ரோ	0.02	63.86	17,461	22.03	17.19
9.	பெல் (BHEL)	0.01	359	21,497	20.65	12.54
10.	HDFC வங்கி	--	--	10,115	--	12.82

ஈ) சம்பாத்தியம் மற்றும் டிவிடெண்ட் - போனஸ் டிஷ்டிரிபூஷன் எப்படி?

எண்.	நிறுவனம்	பங்கின் முக மதிப்பு	2007-08-ன் EPS ரூ.	2007-08-ன் டிவிடெண்ட் %	டிவிடெண்ட் பே அவுட் ரேஷியோ
1.	சாந்தி கியர்ஸ்	1	5.39	120	17.22
2.	டிவிஸ் லேப்	2	149 **	10% **	17.67
3.	இந்தியா கிளைக்கால்	10	64.29	40	--
4.	L & T	10	74.34	--	--
5.	GE ஷிப்பிங்	10	89.11	--	22.83
6.	டாடா கெமிக்கல்ஸ்	10	40.55	172 *	45.32 *
7.	ஹிந்துஸ்தான் லீவர் (HLL)	1	7.70	900	131.8
8.	விப்ரோ	2	20.96	--	35.20
9.	பெல் (BHEL)	10	58.65	245% *	28.67
10.	HDFC வங்கி	10	44.87	85	--

★ *2006-07-க்கு*

★★ *2007-ல் கொடுத்தது.*

7. முதலீடு செய்யும்முன் பார்க்க வேண்டியவை

சேமிப்பினை சரியாக முதலீடு செய்து, அதனைப் பெருக்குவதுதான் எந்த ஒரு நபரின் குறிக்கோளாகவும் இருக்க முடியும். ரிஸ்க் இருக்கிறபோதிலும், பங்குகளில் முதலீடு செய்வது என்பது, நம் போர்ட்போலியோ மதிப்பின் கூடுதலான, வேகமான வளர்ச்சிக்கு அவசியம் தேவை.

பங்குகளில் முதலீடு என்பதை, பரபரப்பின்றி நிதானமாக ஆராய்ந்து செய்கிறபோது அதில் இருக்கிற பல ரிஸ்க்குகளையும் கணிசமாகக் குறைத்துவிட முடியும்.

பரஸ்பர நிதிகள் அதைத்தான் முறையாகச் செய்கிறார்கள். நாமும், நம்முடைய குடும்ப, பொருளாதார சூழ்நிலைகள், தனிப்பட்ட தேவைகள், மனோபாவம் போன்றவற்றைப் பொருத்து, ஒரு சிறிய நிதி ஒன்று ஆரம்பித்து நடத்தலாம். பரஸ்பரமாக அல்ல. நமக்கான, தனிப்பட்ட நிதியாக.

அதற்கு எப்படிப்பட்ட பங்குகளை வாங்கி, எவ்வளவு காலம் வைத்திருந்து, என்ன விலைகளில் எந்த நேரங்களில் விற்று லாபம் பார்ப்பது, அதன் மூலம் நமக்கு செல்வம் சேர்ப்பது என்பதை யெல்லாம் பார்த்தாகிவிட்டது.

இனி பங்குச்சந்தை பற்றிய இன்னுமொரு ஒரு முக்கியமான தகவலைப் பார்ப்போம்.

சென்னையில் இருந்து தில்லி எந்தப் பக்கம் இருக்கிறது? இதற்கு என்ன இந்திய வரைபடத்தையா பார்க்கவேண்டும்! வடக்கே தான் இருக்கிறது. சென்னையில் இருந்து ஒருவர் கிளம்பிப் போவதென்றால், சென்னையில் இருந்து நாக்பூர். அங்கிருந்து தில்லி. நாக்பூரும், தில்லியும் கிட்டத்தட்ட ஒரு நேர்க்கோட்டில் இருக்கிறது. ஆனால் புகைவண்டிப் பயணம் அப்படி ஒரே நேர்க்கோடாக இருக்குமா? இடையில் எவ்வளவு வளைவுகள்!

போய்ச்சேருமிடம் தில்லிதான். இடையில் வளைவுகள், திருப் பங்கள், சிக்னல்களில், ஸ்டேஷன்களில் சுணக்கங்கள்.

பங்குச்சந்தைப் பயணமும் அப்படிப்பட்டதுதான். 2003 முதல் 2007 இறுதி வரை, காளையின் மாபெரும் ஓட்டம் சென்செக்ஸ் 3000-ல் இருந்து 21,000 சென்றது. எழுநூறு சதவிகித வளர்ச்சி. நான்காண்டுகளில் 7 மடங்கு.

அந்த பிரயாணம், விமானப் பயணம் போல, நேர்க்கோடாகவா அமைந்தது? 2004-ல் ஒரு தடை, 2005-ல், 2006-ல், 2007-ல் என்று ஒவ்வோர் ஆண்டும், பெரிய தடுக்கல், தடுமாற்றங்கள், வீழ்தல்கள் இருந்தன. ஆனாலும், வண்டி பத்திரமாக 21,000ஐ வந்து அடைந்தது. இது ஒரு 'புல் ரன்'னின் உட்பகுதிகள். இதேபோல மொத்தப் பங்குச்சந்தையின் வளர்ச்சியிலும் உட்பகுதிகள் உண்டு. அப்படிப்பட்ட உட்பகுதிகளில் ஒரு பகுதிதான் 2003-2007.

ஜனவரி 2008-ல் வண்டியின் பாதை மாறியது. வீழ்ச்சி. தொடர்ந்து 14 மாதங்களுக்கு இறக்கம். பின்பு 2009 மார்ச் மாதம்தான் உயர ஆரம்பித்தது.

பங்குச்சந்தை குறியீட்டின் வளர்ச்சிப் பாதையை (சார்ட்) பார்த் தால் தெரியும். ஜனவரி 1996 முதல் ஜூலை 1996 வரை உயர்வு. பின்பு ஜனவரி 1997 வரை இறக்கம். அங்கிருந்து கிளம்பி ஜூலை 97 வரை உயர்வு. அதிலிருந்து 6 மாதங்களுக்குத் தொடர்ந்து இறக்கம். ஜனவரி 98ல் எழுச்சி. கொஞ்சம் இறங்கி, ஜனவரி 98ல் உயர ஆரம்பித்தது. ஜனவரி 2000 வரை தொடர் ஏற்றம்தான் (டெக் பூம்).

2000ம் ஆண்டின் தொடக்கத்தில் ஆரம்பித்த சரிவு 2001 மத்தி வரை தொடர்ந்து பின் எழ, மே 2003 வரை சில முயற்சிகளைச் செய்தது. அதன்பின்தான் நம்மில் பலரும் சந்தித்த 2003-2007 பூம். ராக்கெட் போல. ஜூம்தான். மீண்டும் மே 2009-ல் எழுச்சி ஆரம்பித் திருக்கிறது.

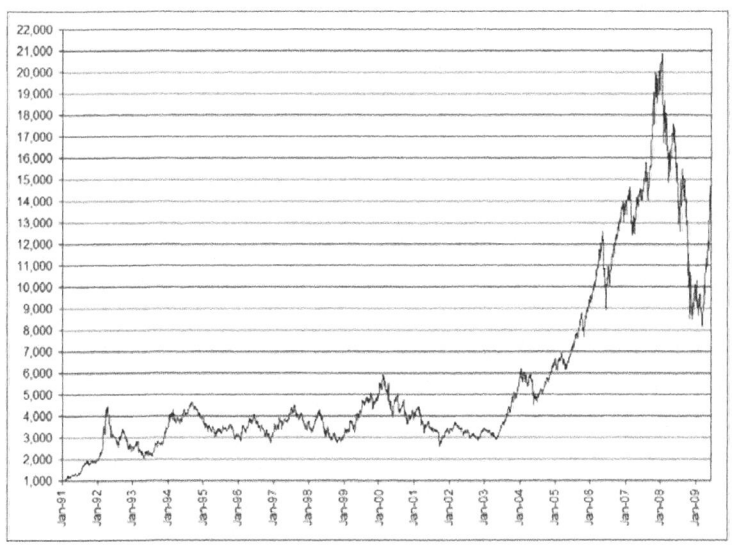

1990-களிலும் இதே நிலைதான். ஜனவரி 1990-ல் 1,000 புள்ளிகளுக்கும் கீழ். அங்கிருந்து மடமடவென எழும்பியது. (1991-ல் புதிய பொருளாதாரக் கொள்கை அறிவிக்கப்பட்டது) 1992-ல் ஒரு உச்சம். நம்ப முடியாத வேகம்.

அங்கிருந்து ஒரு கீழ்நோக்கி ஒரு பாய்ச்சல். 1997 வரை இறக்கம். பின்பு மீண்டும் உயர்வு. சிறுசிறு ஏற்ற இறக்கங்களுடன் 1995 முதல் 1999 வரை 4,000 புள்ளிகளைத் தாண்ட முடியாத நிலை.

இங்கே மட்டுமல்ல. உலகம் முழுக்கவே பங்குச்சந்தைகள் இப்படித்தான்.

'எட்டு ஆண்டுகள் கெட்டவனும் இல்லை, எட்டு ஆண்டுகள் வாழ்ந்தவனும் இல்லை' என்பார்கள். முன்பே பார்த்த 'பிசினஸ் சைக்கிள்' போலத்தான். இது மொத்தச் சந்தைக்குமான சைக்கிளும்.

சுழற்சிகளுக்கான பொதுவான அம்சங்களை நாம் ஏற்கெனவே பார்த்துவிட்டோம். இறக்கத்திலிருந்து எழுச்சி. எழுச்சியின் முடிவு ஒரு உச்சம். உச்சத்திலிருந்து இறக்கம். இறங்கி இறங்கி, மீண்டும் ஒரு நீச்சம். அதிலிருந்து மீண்டும் எழுச்சி.

ஆக, பங்குச்சந்தையில் ஏற்ற இறக்கங்கள் சகஜம்தான். அதற்காக பங்குச்சந்தையே சரியில்லை என்று ஒதுங்கிவிட முடியாது.

போர்ட்ஃபோலியோ முதலீடுகள் | 125

நீண்டகால முதலீட்டாளராக இருந்து லாபம் பார்க்கலாம். தாற்காலிக, உடனடி மனப்பான்மைகளை விட்டுவிட்டு, காத்திருந்து கணிசமான செல்வம் சேர்க்கலாம்.

ஒரு தேசத்தின் பொருளாதாரம் முன்னேற்றப் பாதையில் இருக்கும்போது, பெரும்பான்மையான தொழில்கள் வெற்றிகர மாக நடைபெறும். ஆனால் பொருளாதாரச் சுணக்கங்களின் போதும்கூட குறிப்பிட்ட சில தொழில்கள் பிரகாசமாகவே இருக்கும்.

நிறுவனங்கள் என்பவை பலதரப்பட்டவை. அவற்றின் லாப நட்டங்கள், அந்தந்த நிர்வாகங்கள் தவிர, அவை சார்ந்திருக்கும் தொழிலுக்கு நிலவும் வாய்ப்புகளையும் பொருத்தவை. 2003-ம் ஆண்டில் தொடங்கி 'பூம்' நேரத்தில் கொடிகட்டிப் பறந்த நிறுவனங்கள், பொதுத் துறை நிறுவனங்கள்தான்.

பல ஆண்டுகாலமாக அரசின் வசமிருந்த பல பெரிய லாபகரமான நிறுவனங்களை அரசு, அதன் பணத்தேவைக்காக, தனியாருக்கும் பொதுமக்களுக்கும் விற்கும் என்கிற (Disinvestment) அறிவிப்பு கள் வந்தன.

IPCL, ஹிந்துஸ்தான் ஜிங்க் போன்ற பல நிறுவனங்களின் கணிசமான பங்குகளை தனியார்கள் வாங்கினர். அதனால் அப்படிப்பட்ட வாய்ப்பிருந்த பல பொதுத் துறை நிறுவனங்களின் பங்கு விலைகள் இறக்கை கட்டிப் பறந்தன.

BHEL, BEL, BEML, HMT, ITI Chembel fertilizer ஆகியவற்றின் தற்போதைய, முந்தைய விலைகளைப் பார்த்தால் தெரியும். இமாலய வித்தியாசங்கள். குறிப்பிட்ட தொழில் அல்ல, குறிப்பிட்ட அமைப்பில் இருந்த பங்குகளின் விலைகள் உயர்ந்த காலம் அது. அதற்கு முன் அவை பார்க்கப்பட்ட விதமே தனி. அவற்றின் மதிப்பு எவ்வளவானாலும் அவற்றின் விலைகள் உயராமல் இருந்த காலம். பின்னர் வந்த விடிவுகாலம்.

1989-89ல் தான் உலகம் விழித்துக் கொண்டது. அடடா! கணினி களில் தேதி எழுதும்போது வருடங்களின் நாலு இலக்கங்களை யும் குறிப்பதில்லையே! 1998, 1999 போன்றவற்றை 98, 99 என்பது போன்ற கடைசி இரண்டு இலக்கங்களில் மட்டும் குறிப்பிடும் வழக்கம் இருக்கிறதே. இதனால் வருடம் 2000 என்பதை வெறும் 00 என்றல்லவா கணினிகள் குறிக்கும். ஒன்றானால் என்ன,

இரண்டானால் என்ன பூஜ்யம் என்பது பூஜ்யம்தானே. 00 என்பதை, 1900 என்று கணினி எடுத்துக்கொள்ளுமா அல்லது 2000 என்று எடுத்துக்கொள்ளுமா?

இதனால் கணினி கொண்டு இயங்கும் விமானம் முதல், அணுசக்தி கட்டுப்பாட்டு அறைகள் வரை எல்லாம் குழம்பிப் போக வாய்ப்பிருக்கிறதே. இந்த இமாலயப் பிரச்னைகளைத் தவிர்க்க 31-12-99 இரவு 11.59 மணிக்குள், புரோகிராம்கள் அனைத்தையும் மாற்ற வேண்டுமே. இல்லாவிட்டால் 01-01-00 என்று தேதியினால் ஏற்படப் போகும் பயங்கர, யூகிக்க முடியாத குழப்பங்களில் இருந்து இந்த உலகம் தப்பிக்க வேண்டுமே!

1996-ல், உலகின் பெரிய நிறுவனங்களுள் ஒன்றான ஜெனரல் எலெக்ட்ரிக் நிறுவனத்தின் தலைமை, நிறுவனத்தின் செலவு களை கணிசமாகக் குறைத்து லாபம் பார்க்க முடிவு செய்தது. அதற்கு அவர்கள் தேர்வு செய்த வழி, வேலையை வெளியில் கொடுத்து, செய்து வாங்குவது. பின்பு, இந்த 'அவுட்சோர்சிங்' என்பது நிறுவனங்களில் லாபம் செய்யும் ஒரு மந்திரச் சொல்லாக மாறியது.

GE நிறுவனம் அதன் அலுவலக வேலைகள் பலவற்றை இந்தியாவுக்கு மாற்றியது. இணையம் இருப்பதால், வேலையை இங்கேயே முடித்து, முடித்த சுவடே தெரியாமல், இணையம் வழி அங்கே (அமெரிக்காவுக்கு) அனுப்புவது ஒரு வேலையாகவே, சிரமமாகவேயில்லை. மாபெரும் வெற்றி கண்டது GE. அதே வேலைகள். அதே தரம். அதே வேகம். வேறு இடம் (இந்தியா). குறைந்த செலவுகள். அதிக லாபம். இது ஒரு நிறுவனத்தின வெற்றியாக மட்டும் அல்ல. ஒரு தொழில் செய் வழியின் முன்னோடியாக அமைந்தது.

இந்த வெற்றியை அங்கே 'கேஸ் ஸ்டடி'யாகவே ஆராய்ந் தார்கள். அதனால் பல நிறுவனங்கள், இந்த வழியைப் பின்பற்றி இந்தியாவிடம் வேலைகளை கொண்டுவந்து தள்ளின.

இந்தியாவிடம் ஏகப்பட்ட கம்ப்யூட்டர் படிப்பகங்கள். லட்சக் கணக்கான படித்த இளைஞர்கள். வளர்ந்த நாடுகளுடன் ஒப்பிடும்போது சொற்ப ஊதியத்துக்காக வேலை பார்க்க சம்மதித்த மக்கள். கேட்கவா வேண்டும்? இந்தியா பக்கம் வந்து விழுந்தன ஆயிரமாயிரம் வேலைகள். GE தொடங்கிய அவுட் சோர்சிங் பெரிய விதை என்றால் Y2K கிளையாக விரிந்தது.

அதுவரை ஏழை நாடு, அழுக்கு மக்கள் என்று இந்தியாவை நினைத்திருந்த மேலை நாடுகளுக்கு ஆச்சரியம். அட! இவ்வளவு குறைந்த ஊதியத்தில், இவ்வளவு பொறுப்பாக மட்டுமல்ல, திறமையாகவும் உழைக்கிறார்களே! இவர்களை வைத்து வேலை செய்தால், நம் நிறுவனத்தின் செலவு குறைந்து லாபம் அதிகரிக்குமே.

அவர்களின் சுயநலமாகவே இருக்கட்டும். மிகப்பெரிய வாய்ப்புகள், பெரிய அளவில் பணம் - அதனால் பெருகிய வாங்கு சக்தி, அதன் விளைவாக வளர்ந்த பிற துறைகள். இந்த வாய்ப்புகளை முன்கூட்டித் தெரிந்து கொண்டவர்கள் ஆரம்பத்திலேயே புகுந்து கொண்டது டெக்னாலஜி பங்குகளில்.

2001-ல் அமெரிக்காவின் இணையத் தொழில்கள் பல திவாலாயின. இதனால் ஏற்பட்ட பாதிப்பு, 2002-ல் அமெரிக்க வர்த்தக மையத்தின் மீது தீவிரவாதிகள் தொடுத்த தாக்குதலால் மேலும் மோசமானது. இதன் விளைவு இந்தியப் பங்குச்சந்தையிலும் எதிரொலித்தது. பிறகு அடுத்த நான்காண்டுகளில்தான் கொஞ்சம் மேன்மை ஏற்பட்டது.

2007-க்குப் பிறகு ரூபாய் டாலர் மதிப்பு பிரச்னைகளினால் தகவல் தொழில்நுட்ப துறை மீண்டும் சற்றுத் தொய்வடைந்து, பின்பு முக்கிய இறக்குமதியாளர்களான அமெரிக்கா மற்றும் ஐரோப்பாவின் பொருளாதார சிக்கல்களினால், 2007-ன் பிற்பகுதியில் மேலும் தடுமாறி நிற்கிறது.

இந்தியா வளர்கிற நாடு. பொருளாதார வளர்ச்சிக்கு நாட்டின் கட்டுமானங்கள் முக்கியம். தள்ளித் தள்ளி இருக்கும் பல பெரு நகரங்களையும் நகரங்களையும் கிராமங்களையும் ஒருங்கிணைக்கும் சாலைகள், பாலங்கள் தேவை. நீர்த்தேக்கங்கள், விமானத் தளங்கள் விடுதிகள் போன்றவை எல்லாம் பெரிய, நவீனமான முறையில் நிறுவியாக வேண்டும். அதற்கு எவ்வளவு இரும்பு, சிமெண்ட், மரங்கள், பெயிண்ட், இயந்திரங்கள் தேவைப்படும்.

ஆகவே அந்தத் துறைகளின் வளர்ச்சி அபரிமிதமாக இருக்கும் என்று முன்கூட்டியே சிலர் கணித்தார்கள். ரியாலிட்டி, கட்டுமானம், இன்ஜினியரிங் போன்ற துறைகள், இரும்பு, சிமெண்ட் போன்றவற்றை தயாரிக்கும் நிறுவனங்கள் இருக்கும் துறைகள் 2003 முதல் 2007 வரை பெரிய வளர்ச்சி கண்டன.

நல்ல வருமானம் இருக்கும் தேசம். 110 கோடி மக்கள் இருக்கும் தேசத்தில் 8.5%, 9% ஜி.டி.பி. வளர்ச்சி என்பது சாதாரண வளர்ச்சி அல்ல. மாபெரும் பொருளாதார எழுச்சி.

அதனால் மக்களின் வாங்குசக்தி அதிகமாகும். அதனால், மக்கள் பயன்படுத்தும் பொருட்களின் வியாபாரம் அதிகரிக்கும் என்றும் முன்கூட்டியே முடிவு செய்தவர்கள், FMCG, வீடு கட்டும் நிறுவனங்கள், கார் தயாரிக்கும் நிறுவனப் பங்குகளை வாங்கினார்கள்.

அடுத்து, இந்தியாவில் தயாரிக்கப்படும் மின்சார அளவுக்கும், தேவைப்படப் போகும் மின்சாரத்தின் அளவுக்கும் இடையே பெரிய இடைவெளி இருப்பதை உணர்ந்து, அதனால் மின்சாரம் தயாரிக்கும் இயந்திரங்கள் உற்பத்தி செய்யும் நிறுவனங்கள், மின்சாரம் உற்பத்தி செய்யும், விநியோகம் செய்யும் நிறுவனங்கள் சிறப்பாகச் செயல்படும் என்ற ஒரு கருத்து 2007-ல் உருவானது. பெட்ரோலுக்கு வலுவான மாற்று இல்லாதபட்சம், அமெரிக்கா, சீனா, இந்தியா போன்ற தேசங்களின் தேவை அதிகமாகிக் கொண்டே போவதால், கச்சா எண்ணெய் தோண்டி எடுக்கும் ஆயில் டிரில்லிங் இயந்திரங்கள் வைத்திருக்கும் நிறுவனங்களுக்கு நல்ல எதிர்காலம் என்கிற கணிப்பும் இருந்தது.

மொத்தம் இவ்வளவு துறைகள்தான் இருக்கின்றன என்று முடிவாகச் சொல்லவே முடியாது. புதிய புதிய துறைகள் வந்து கொண்டேயிருக்கும். சமீபத்தில் கவனத்தில் கொள்ளப்படும் துறைகளாகத் தெரிவது கற்பிக்கும் நிறுவனங்கள் உள்ள எஜுகேஷன் துறை, வேதியல் பொருட்கள் தயாரிக்கும் 'கெமிக்கல்ஸ்'.

மொத்தத்தில், பங்குச்சந்தைகள் சுழற்சிமுறையில் கீழே இறங்கினாலும், நெடுங்காலத்தில் சிறப்பாகவே இருக்கும். நாம், பங்குச்சந்தைக்கு அவ்வப்போது வந்துப்போகும் விருந்தாளியாக இல்லாமல், எப்போதும் உடனிருக்கும் நண்பராகி விடவேண்டும். ஏற்ற காலமோ, இறக்க காலமோ, வலுவான பங்குகளுடன் வாய்ப்புகள் இருக்கும் நிறுவனப்பங்குகளுடன் இருக்கலாம்.

8. எப்படி வாங்குவது?

2008-ல் தொடங்கிய இந்தியன் பிரிமியர் லீக் (IPL) கிரிக்கெட் போட்டிகளை, இன்றைய உலகின் மனோநிலையைப் பிரதி பலிப்பதாக எடுத்துக் கொள்ளலாம். எதையும் துரிதமாக முடிக்க வேண்டும். மொத்தப் போட்டியே 3 மணிநேரம். ஆனாலும் அதிகமான பலன் வேண்டும். ஓவர் ஒன்றுக்கு சராசரியாக 10-க்கும் அதிகமான ஓட்டங்கள். திறமை காட்டினால் கொட்டும் பணம். தோனிக்கு மட்டும் 6 கோடி ரூபாய்.

IPL கிரிக்கெட்டிலிருந்து பங்குகளை வாங்குவதற்கும் சில அணுகுமுறைகளை முன்மாதிரியாக எடுத்துக் கொள்ள முடியும். மிகச் சிறந்த வீரர் என்றால் அதிக விலை கொடுத்தும் வாங்கலாம். தப்பில்லை. தோனி, சென்னை சூப்பர் கிங்ஸ் அணியை இறுதிப்போட்டி வரை அழைத்து வந்தோரே.

மிக அதிக விலை கொடுக்காதவர்களும் லாபங்களை அள்ளித் தரலாம். ஷேன் வார்ன் தலைமையிலான, ராஜஸ்தான் ராயல்ஸ் அணி. வாட்சன், யூசுஃப் பதான் போன்றவர்கள் சிறப்பாக விளையாடியதைப் போல. ஒரு அணியில் எல்லாவிதமான வீரர் களும் (மட்டையாளர், பந்து வீச்சாளர், விக்கெட் கீப்பர்) இருக்க வேண்டும். அப்படி அமைகிற பட்சம் அணி ஏதாவது ஒரு விதத் தில், சிறப்பாகச் செய்து வெற்றியைக் கொண்டு வந்துவிடும்.

சில பங்குகளை நமது போர்ட்ஃபோலியோவுக்கு வாங்கும் போது அதிக விலையாக இருந்தாலும் வாங்கலாம். வாங்குகிற விலைக்கு ஏற்ற அளவு லாபம் தருமா? அதுதான் நமது பார்வையாக, கணக்காக இருக்க வேண்டும்.

அதேபோல அதிக விலையில்லாமல் கிடைக்கக் கூடிய நல்ல லாபம் தரக்கூடிய நிறுவனப் பங்குகளையும் கொஞ்சம் வாங்க வேண்டும். எல்லாம் நட்சத்திரங்களாக வாங்கத் தேவையில்லை.

போர்ட்ஃபோலியோவில் எல்லாம் கலந்து இருக்க வேண்டும். நல்ல மட்டையாளர்களாகவே அனைவரையும் தேர்வு செய்ய, அந்த ஆடுகளம் பந்து வீச்சாளர்களுக்கு சாதகமான களமாக அமைந்துவிட்டால் என்ன ஆகும்? பல்வேறு தொழில்களில் இருக்கும் நிறுவனங்களையும் சேர்த்துக்கொள்ள வேண்டும்.

போர்ட்ஃபோலியோ வகைகள்

பங்குகளில் இரண்டு வகைகள் உண்டு. எதில் எவ்வளவு என்று முடிவு செய்து பங்குகள் வாங்க வேண்டும். எல்லாருக்குமாகச் சேர்ந்து, 'இப்படித்தான்' என்று ஒரே விதமான போர்ட் ஃபோலியோவை உருவாக்க முடியாது. முன்பே பார்த்தது போல, வயது, குடும்ப நிலைமை, தேவைகள், ரிஸ்க் எடுக்கும் தைரியம் போன்றவற்றைப் பொறுத்தே ஒருவருடைய போர்ட் ஃபோலியோ அமைய முடியும்.

புரிந்து கொள்வதற்காக ஒன்றிரண்டு மாதிரி போர்ட் ஃபோலியோக்களை மட்டும் பார்க்கலாம். மாதிரி போர்ட்ஃபோலியோக்களை கீழ்க்கண்ட அம்சங்களை மாற்றி மாற்றி வைத்து, தங்களுக்கு ஒத்து வருவதுபோல வேறுபடுத்திப் பார்க்கலாம்.

கீழ்க்கண்டவற்றுக்கான விடைகளை ஒரு தனித்தாளில் அல்லது நோட்டுப் புத்தகத்தில் எழுதிக்கொள்ளுங்கள்: இதுதான் முக்கிய மான கட்டம். இங்கே சரியான தகவல்கள் சேகரித்து அவ்வப் போது அப்டேட் செய்துகொள்ள வேண்டும்.

தனிநபர்	அவர் குடும்பம்	நிகர சொத்து மதிப்பு	நாட்டு நிலவரம்
உங்கள் வயது உடல் ஆரோக்கியம் ரிஸ்க் பற்றிய மனோபாவம்	உங்களைச் சார்ந்திருக்கும் நபர்கள் மற்றவர்களின் வருமானம்	உங்கள் சொத்துக்கள் கடன்கள் வருங்காலத்தில் வருமானம் செலவுகள்	அரசியல் அமைதி பொருளாதார வளர்ச்சி பணவீக்கம் வட்டி விகிதங்கள் பங்குச் சந்தை நிலவரம் சென்செக்ஸ் PE

போர்ட்ஃபோலியோ மாதிரி-1

வயது	:	25 முதல் 30
திருமணம்	:	ஆகப்போகிறது
வருமானம்	:	மாதம் ரூ. 10,000
பிற சொத்துக்கள்	:	பெற்றோர் தரலாம். உடன்பிறந்த ஒரு சகோதரர் உண்டு.
நோக்கம்	:	செல்வம் சேர்ப்பது
மனோபாவம்	:	ஓரளவுதான் ரிஸ்க் எடுக்கலாம்.

எதில்	எவ்வளவு
ரொக்கம் அல்லது உடனடியாக ரொக்கமாகமாற்றக்கூடிய வகையில் பிக்செட் டெபாசிட் அல்லது லிக்விட் ஃபண்ட்கள் போன்றவற்றில்	20
NSC, PPF அல்லது அஞ்சலக வைப்பு போன்ற நிச்சயமான வருமானம் தரும், வரிவிலக்கு வாய்ப்பும் உள்ள முதலுக்கு ஆபத்தில்லாத முதலீடுகளில் மற்றும் யூலிப் போன்ற ஆயுள் காப்பீட்டுடன் இணைந்த திட்டங்களில்	30
பரஸ்பர நிதிகள் (பங்குச்சந்தை தொடர்புள்ள)	30
நேரடியாக வாங்கும் பங்குகள் மும்பை பங்குச் சந்தையில்பட்டியலிடப்பட்டுள்ள A குரூப் 30 பங்குகளில் சிலவற்றில் அல்லது நிஃப்டி-50 பங்குகளில் (NSE) ஏதாவது சிலவற்றில்	20
மொத்தம்	100

போர்ட்ஃபோலியோ மாதிரி-2

வயது	: 40
குடும்பம்	: மனைவி, மகன் 7-வது படிக்கிறான், மகள் 4-வது படிக்கிறாள்
வருமானம்	: மாதம் ரூ. 18,000
பிற வருமானங்கள்	: ரூ. 5,000
நோக்கம், மனோபாவம்	: பாதுகாப்பான வளர்ச்சி, மிதமான ரிஸ்க்

எதில்	எவ்வளவு
ரொக்கம் அல்லது ரொக்கத்திற்கு சமமான பிக்செட் டெபாசிட் அல்லது பணத்தை உடனடியாக எடுக்கக் கூடிய லிக்விட் மற்றும் கடன் பத்திர பரஸ்பர நிதிகள்	15
தங்கம் அல்லது தங்கம் தொடர்பான ETF	10
கில்ட் பண்டுகள் (கடன் தொடர்பான பரஸ்பர நிதிகள், FMP போன்றவை)	25
பங்குகள் தொடர்பான பரஸ்பர நிதிகள் (வருமானம் தொடர்பானவை)	20
யூலிப் போன்ற திட்டங்களில்	10
பங்குகளில் நேரடி முதலீடு A குரூப் மற்றும் நிஃப்டி 50 பங்குகள் சிலவற்றில்	20
மொத்தம்	100

போர்ட்ஃபோலியோ மாதிரி-3

வயது	:	40
குடும்பம்	:	வேலைக்குப் போகும் மனைவி, மகன் 5-வது படிக்கிறான்.
சொத்து	:	சுமார் 20 லட்சத்துக்கு வீடு இருக்கிறது.
நோக்கம்	:	செல்வம் சேர்ப்பது
மனோபாவம்	:	மிதமான ரிஸ்க்

எதில்	எவ்வளவு
ரொக்கம் மற்றும் அதற்கு இணையான முதலீடுகள்	5
கில்ட் பண்டுகள், கடன் பத்திர பரஸ்பர நிதிகள் மற்றும் FMP	20
தங்கம் அல்லது தங்கம் ETF	5
பங்குச்சந்தை தொடர்பான பரஸ்பர நிதிகள் (குரோத் திட்டங்கள்)	30
நேரடியாக பங்குகளில் வளரும் வாய்ப்பிருக்கும் மிட்கேப்	10
ஸ்மால் கேப் பங்குகள்	10
லார்ஜ் கேப் பங்குகள்	20
மொத்தம்	100

போர்ட்ஃபோலியோ மாதிரி-2

வயது	:	25-30
திருமணம்	:	ஆகவில்லை
வருமானம்	:	மாதம் ரூ. 20,000
பிற சொத்துக்கள்	:	வசதியான பெற்றோர்
நோக்கம்	:	செல்வம் சேர்ப்பது
மனோபாவம்	:	ரிஸ்க் எடுக்கலாம்

எதில்	எவ்வளவு
ரொக்கம் அல்லது ரொக்கத்திற்கு சமமான பிக்சட் டிப்பாசிட்ஸ் அல்லது வேறு வகையான உடனடியாகப் பணம் திரும்பக் கிடைப்பது போன்ற கடன் பத்திர பரஸ்பர நிதிகள்	10
தங்கம் அல்லது தங்கம் தொடர்பான ETF	10
பரஸ்பர நிதிகள்	20
லார்ஜ் கேப் பங்குகள்	20
தேர்ந்த மிட்கேப் பங்குகள்	40
மொத்தம்	100

முறைகள்

செல்வம் சேர்ப்பதற்காக, மற்றவற்றுடன் பங்குச்சந்தையிலும் முதலீடு செய்வதென்று முடிவு செய்தாகிவிட்டது. பங்குகளை தேர்வு செய்யும் முறைகளையும் பார்த்தாகிவிட்டது. இன்னும் பார்க்கவேண்டியது, பங்குகளை எப்போது, எப்படி வாங்க வேண்டும் என்பதைத்தான்.

லம்ப்சம் முறை

ஒரு லட்ச ரூபாயை முதலீடு செய்வதாக முடிவு செய்திருக் கிறோம் என்று வைத்துக்கொண்டால், அதனை மூன்று நான்கு

தவணைகளாக முதலீடு செய்யலாம். ஒரே நாளில் மொத்தப் பணத்துக்கும் முடிவு செய்து வைத்திருக்கும் பங்குகளை வாங்க வேண்டாம். வாங்குகிற தினம்தான் மிகக் குறைந்த விலைகள் என்று நிச்சயமில்லை.

சிலர் எப்போதும் 50, 100, 500 என்கிற மாதிரியே வாங்குவார்கள். 4.7.08 அன்று GMR இன்ஃப்ரா பங்குகள். விலை 83 ரூபாய். 100 வாங்கினால் 8,300 ரூபாய். அவர் இதே பங்குகளை மறுநாள் 2.7.08 அன்று வாங்கியிருந்தால் விலை 88 ரூபாய். மொத்தம் 8,800 ரூபாய். அவர் எவ்வளவு GMR இன்ஃப்ரா பங்குகள் என்று முடிவு செய்தாரா? எவ்வளவு ரூபாய்க்கு GMR இன்ஃப்ரா பங்குகள் என்று முடிவு செய்தாரா?

உதாரணத்தில் வரும் நபர் பங்குகளின் எண்ணிக்கையை வைத்து இறங்கியிருக்கிறார். அப்படிச் செல்லாமல், அவர் மொத்தம் 10,000 ரூபாய்க்கு GMR இன்ஃப்ரா என்றும் முடிவு செய்யலாம். விலை எதுவானாலும் GMR இன்ஃப்ரா 10,000 ரூபாய்க்குதான். அதற்கு குறைந்தோ, அதிகமாகவோ வாங்கி வைத்திருப்ப தில்லை என்கிற முடிவு. காரணம், அவர் முதலீடு செய்ய முடிவு செய்திருக்கும் லட்ச ரூபாயில் 10% பணத்தினை, கட்டுமான நிறுவனப் பங்கில் போட முடிவு செய்திருக்கிறார் (என்று வைத்துக் கொள்வோம்).

1.7.08 அன்று 10,000 ரூபாய்க்கு 124 பங்குகள் வாங்கியிருக்கலாம். 2.7.08 அன்று 88 ரூபாய் விலையில் வாங்கியிருந்தால், 113 பங்குகளை வாங்கியிருக்கலாம்.

மார்க்கெட் லாட் என்பது வெறும் 'ஒன்று' என்றானபின் 50, 100 என்கிற முழு எண்களின் பயன் தனியாக ஏதுமில்லை.

கிரிக்கெட் வீரர் 49 ஓட்டங்கள் எடுப்பதற்கும் 50 ஓட்டங்கள் எடுப்பதற்கும் இடையே அணியைப் பொருத்தவரை ஒரே ஒரு ஓட்டம்தான் குறைவு. அப்படியிருக்க ஏன் பெரிய வருத்தம்!

எஸ்.ஐ.பி முறை

'வாங்கக் கூடிய சரியான பங்குகளைக் கண்டுபிடித்துவிட்டேன். நான் வருமானத்தில் வாழ்பவன். என்னிடம் ஒரேயடியாக முதலீடு செய்யும் அளவு பணம் இல்லை. தவிர பங்குச்சந்தை என்பது எப்போதும் இறங்கிக் கொண்டோ, உயர்ந்துகொண்டே

தான் இருக்கும். அதனால் நான் தொடர்ந்து வாங்கப் போகிறேன்' என்று நினைக்கிறீர்களா?

செய்யலாம். கையில் பணம் கிடைக்கக் கிடைக்க, சிறுகச் சிறுக பங்குகளை வாங்கிக்கொண்டே இருக்கலாம்.

லாபத்தினை என்ன செய்வது?

பங்குகள் வாங்கியாயிற்று. வாங்கி இரண்டு மாதங்களிலேயே கணிசமான லாபம் வந்துவிட்டது. என்ன செய்யலாம்? விற்று லாபத்தை எடுத்து விடலாமா? சந்தேகம் வரலாம். நாம் வாங்கியிருக்கும் பங்குகள் எத்தகையவை? எதனால் கணிசமான விலை ஏற்றம்? மொத்தச் சந்தைகளின் நிலைமை காரணமாகவா அல்லது, நம்முடைய பங்கின் தனிப்பட்ட செயல்பாடு காரணமாகவா என்று பார்க்க வேண்டும். சந்தை தொடர்பான காரணங்கள் என்றால், அதையும் சரியாகப் புரிந்துகொண்டு தற்செயலாக கிடைக்கிற லாபத்தில் ஒரு பகுதியை (பங்குகள்) விற்று காசாக்கிப் பார்த்து விடலாம். ஆனால் இங்கே இந்த முடிவு எடுப்பதில் இரண்டு சிக்கல்கள் இருக்கின்றன.

ஒன்று, நாம் முதலீட்டுக்கு என்று வாங்கிவிட்டு உடனடி லாபத்துக்காக விற்கிறோம். அதனால் என்ன என்று தோன்றும். இப்படி செய்வது ஒரு முறை சரியாக வரலாம். இப்படி உடனடி லாபம் பார்ப்பதில் ருசி கண்டுவிட்டால், இதனைக் கூடுதலான நேரங்களில், செய்யும் ஆசை வரும். அடுத்த முறை செய்யும் போது தவறுகள் நிகழும். அப்போது நாம் நம்மையறியாமல் 'டிரேட'ராக மாறியிருப்போம். முதலீடு பற்றி இதுவரை யோசித்தது எல்லாம் வீணாகியிருக்கும்.

இரண்டாவது, நாம் விற்ற பிறகு, அந்தப் பங்கின் விலை மேலும் உயர்ந்தால், நம்மிடம் பதற்றம் அதிகமாகிவிடும். சரியான பங்கை வாங்கிவிட்டு, விற்று முழுமையான பலனடையாமல் போய்விட்டோமே என்று பதற்றப்பட்டு அதே பங்கை மீண்டும் அதிக விலை கொடுத்து வாங்கினாலும் வாங்குவோம். இதுவும் டிரேடர் செய்யும் வேலைதான்.

அப்படியென்றால் என்ன செய்வது? ஏதாவது ஒரு முடிவு எடுத்தாக வேண்டும். வேண்டுமானால், நாம் நம்முடைய போர்ட்ஃபோலியோவுக்குப் பங்குகளை வாங்கிய உடன் அவற்றில் சில விலை உயர்ந்து லாபம் 20%-க்கும் அதிகம்

உள்ளது என்றால் மட்டும் அவற்றை விற்கலாம் என்று முடிவு செய்துகொள்ளலாம். இது ஒரு சுயக் கட்டுப்பாடு.

வாங்கிய பிறகு விலை இறங்கவும் செய்யலாமே. நாம் வாங்கியதும் அதன் விலை இறங்கினால் என்ன செய்வது? மீண்டும் அதே பதில்தான். எதனால் இறங்குகிறது என்று பார்க்க வேண்டும். மொத்தச் சந்தைக்கும் பிரச்னையா? அல்லது அந்தப் பங்கு சார்ந்திருக்கும் துறைக்குப் பிரச்னையா? அல்லது பங்கின் நிறுவனம் சார்ந்த பிரச்னையா?

மூன்றில் எந்த ஒன்றின் அடிப்படையில் பிரச்னை என்றாலும், ஒரு பாகத்தை விற்றுவிடலாம். நட்டம்தான். என்ன செய்ய? அடிப்படையிலேயே பிரச்னை என்பதை முன்கூட்டியே கவனித்திருக்க வேண்டும். சந்தைப் பிரச்னை மட்டும்தான் என்றால் விற்க வேண்டாம்.

துறை சார்ந்த பிரச்னைதான். ஆனால் நாம் வாங்கியிருக்கும் நிறுவனம் அதனைச் சமாளிக்கும் என்று தோன்றினால், விற்கத் தேவையில்லை.

ஆனால், நிறுவனத்தின் அடிப்படையில் பிரச்னை என்றால், சந்தேகமே படவேண்டாம். நட்டம் என்றாலும் கவலைப்படாமல் விற்றுவிடுங்கள்.

துறைக்கு எவ்வளவு என்று பிரிப்பது?

நமது மொத்த போர்ட்ஃபோலியோ தொகை ஒரு லட்ச ரூபாய் என்றால், அந்த ஒரு லட்சமும் எந்த நிறுவனப் பங்குகளில் என்று முடிவு செய்யும்போது, அந்த நிறுவனங்கள் பல துறைகளிலும் பரவலாக இருக்குமாறு பார்த்துக்கொள்தல் வேண்டும். எந்த ஒரு துறையும் தொடர்ந்து பிரமாதமாகவே இருக்கும் என்று முடிவு செய்ய முடியாது.

ஜவுளித் துறை, சர்க்கரை போன்றவை சில ஆண்டுகள் சிறப்பாக லாபம் செய்வதும், பிறகு ஒரேயடியாக சிரமத்தில் சிக்கிக் கொள்வதையும் பங்குச்சந்தையில் இருப்பவர்கள் பார்த்துக் கொண்டுதான் இருக்கிறோம்.

பல ஆண்டுகளாக ஜொலித்த தகவல் தொழில்நுட்பத் துறை நிறுவனங்கள் 2007-ல் பழைய வேகத்தில் வளர முடியாமல் தடுமாறியதையும் பார்த்தோம். 2006, 2007-ல் பிரமாதம் எனக்

கருதப்பட்ட யூனிடெக், DLF, ஷோபா டெவலப்பர்ஸ், GMR இன்ஃப்ரா கட்டுமான நிறுவனங்களின் மீது முதலீட்டாளர் களுக்கு இருந்த அபரிமிதமான நம்பிக்கை 2008-ல் சிதறிப் போனது. பங்கு விலை, முந்தைய உயரங்களில் இருந்து 60, 65, மட்டுமல்ல சில நிறுவனங்கள் 80, 90(யூனிடெக்) சதவிகிதங்கள் கூட வீழ்ந்தன.

எரிசக்தி (எனர்ஜி) துறை நிறுவனங்களும் இப்படிப்பட்ட கடுமை யான விலை ஏற்ற இறக்கங்களை குறுகிய கால வித்தியாசத்தி லேயே சந்தித்தன. அதனால், நம் முதலீட்டினை துறை வாரி யாகப் பிரித்துப் போட்டுக்கொள்வது நமது போர்ட்ஃபோலியோ வின் ரிஸ்க்கைக் மட்டுப்படுத்தும்.

வளர்ந்து விட்ட துறை, வளரத் தொடங்கியிருக்கும் துறை என்று பார்த்து, வளர இருக்கிற துறையில் முதலீடு செய்யலாம்.

எவ்வளவு பங்குகள்?

குறைந்தபட்சம் 5 நிறுவனங்களிலும் அதிகபட்சமாக 15 நிறுவனங் களிலும் முதலீடு செய்யலாம் என்று முன்பே பார்த்தோம். குறைந்தபட்சத்துக்குக் காரணம், ஒன்றிரண்டு பங்குகள் தற்செயலாகத் தவறாகிப் போனாலும், பாதிப்பு பெரியதாக இருக்காது. அதிகபட்சத்துக்கான உச்ச வரம்பு ஏன் என்றால், கவனிக்கக்கூடிய திறன் குறைவதுதான். அறுபது, எழுபது நிறுவனப் பங்குகளை வைத்திருக்கிறோம் என்றால், அவற்றில் சிலவற்றின் விலைகள் உயரும். வேறு சிலவற்றின் விலைகள் இறங்கும். ஒன்றுக்கு ஒன்று சரியாகி, முதலீடு தொகையின் மதிப்பில் பெரிய மாறுதல் இருக்காது.

அடுத்த மாதமோ, அடுத்த சில மாதங்களிலோ, மறுபார்வை பார்க்கும்போது, முன்பு விலை இறங்கியிருந்த சில பங்குகளின் விலைகள் உயர்ந்திருக்கும். ஆனால் முன்பு உயர்ந்திருந்த பங்குகளில் சிலவற்றின் விலைகள் குறைந்திருக்கும். என்ன பலன்?

அதிகம் தெரியாத பங்குகளை அல்ல

இவற்றை பற்றியும் முன்பே யோசித்திருக்கிறோம். இருந் தாலும், அவசியம் கருதி மீண்டும் ஒருமுறை சொல்ல வேண்டி யிருக்கிறது.

அத்தனை நிறுவனங்களும், சிறப்பாகத் தொடங்கப்பெற்று, லாபம் பார்ப்பதில்லை. இடையில் பல தடங்கல்கள், தவறுகள் நிகழலாம்.

முதலீடு செய்யும்போது, அப்படி ஆரம்ப நிலையில் இருக்கும் நிறுவனங்களை வாங்கும் முன் இரண்டு விவரங்களை கவனிக்க வேண்டும்.

1. நிறுவனத்தைத் தொடங்கி நடத்த இருப்பவர்கள் யார்? அவர்களின் நிர்வாக அனுபவம், திறன் என்ன? 2. நிறுவனத்தினை ஆரம்பிப்பது எந்தக் குழுமம்? அவர்களுடைய முந்தைய செயல்பாடுகள் எப்படி?

இவற்றில் நம்பிக்கை இருந்தால் தவிர புதிய, அதிகம் தெரியாத நிறுவனங்களில் (Startup) முதலீடு செய்ய வேண்டாம். விதைகள் தூவப்படும் நேரம் வாங்க வேண்டாம். முளைவந்து துளிர் விடட்டும். கொஞ்சம் கூடுதல் விலையானாலும், உறுதியாகத் தெரிகிறபோது வாங்கினால் போதும்.

எப்போது வாங்குவது?

வெளியூர் போக முடிவு செய்கிறோம். ரயில் பயணம். வீட்டில் இருந்து எப்போது புறப்பட வேண்டும்? நாம் ஆயத்தமானதுமா? வண்டி இரவு 9 மணிக்குக் கிளம்புகிறது. நாம் ஆறு மணிக்கு ஆயத்தம் ஆகியாகிவிட்டது. தொடர் வண்டி நிலையத்துக்குப் போய்விடலாமா? தேவையில்லை.

நம்மிடம் பணம் வந்ததுமே, நாம் முதலீட்டுக்கு ஆயத்தம்தான். அதற்காகவே, உடனே பங்குகளை வாங்க வேண்டாம். பொறுத்திருக்கலாம்.

வாரன் பஃபட், சில சமயங்களில், 2 ஆண்டுகள் கூட ஏதும் புதிய முதலீடுகள் செய்யாமல் இருந்திருக்கிறாராம். ஏதிலாவது முதலீடு செய்யவேண்டும் என்று ஏதும் வேண்டுதலா என்ன? சமயங்களில், சும்மா இருக்கவும் தெரிய வேண்டும்.

இரவு மணி எட்டு. வண்டி புறப்பட இன்னும் 1 மணி நேரம்தான் இருக்கிறது. வீட்டில் இருந்து போய்ச் சேர, 45 நிமிடமாகலாம். புறப்பட வேண்டுமா, இல்லையா? நாம் ஆயத்தமாக இல்லை என்றால் வண்டியை தவறவிட வேண்டியதுதான். அல்லது செய்து கொண்டிருக்கும் வேலைகளை வைத்துவிட்டுப் புறப்பட வேண்டியதுதான்.

சந்தையோ அல்லது நாம் வாங்கத் திட்டமிட்டிருக்கும் பங்கு விலையோ சரியான அல்லது அதனினும் குறைவான விலைக்கு வந்திருந்தால், நம்மிடம் பணம் ஆயத்தமாக இல்லாவிட்டாலும், முதலீடு செய்யத்தான் வேண்டும்.

வாய்ப்பைத் தவற விடவேண்டாம். செய்து கொண்டிருக்கும் வேலை, புறப்பட வேண்டிய காரணத்தை விட முக்கியமானது என்றால், சரி போகட்டும். அடுத்த வண்டியைப் பிடித்துக் கொள்ளலாம் என்றும் முடிவு செய்யலாம். எப்போது வாங்குவது என்கிற முடிவுகள், பங்கு விலைகளை வைத்தே முடிவு செய்யப்பட வேண்டும். கையில் பணமிருப்பதால் அதிக விலையில் வாங்குவதும், உடனடியாக இல்லை என்பதால், குறைந்த விலைகளைத் தவற விடுவதும் வேண்டாம்.

சிறுகச் சிறுக

வாங்குவது என்று முடிவு செய்த பங்குகள் முழுவதையும் (பத்தாயிரம் ரூபாய்க்கு GMR இன்ஃப்ரா) ஒரே தவணையில் வாங்க வேண்டாம். முதலில் 3,000 ரூபாய்க்கு, விலை இறங்கினால் இன்னும் ஒரு 3,000 ரூபாய்க்கு. அடுத்து 4,000-க்கு. இதுதான் மிக நல்ல விலை என்று தெரிவது மட்டுமே விதிவிலக்கு.

நீண்டகால முதலீட்டாளர், வாங்கவும் பதற்றமடைய வேண் டாம், விற்கவும் பதற்றமடைய வேண்டாம். தகவல் அடிப்படை யில் ஆராய்ந்து செயல்படும்போது, சந்தையின் விலை மாற்றங் களால் பெரிய முடிவுகளை (பெரிய அளவுகளில் வாங்குவது, முழுவதையும் விற்பது) எடுக்கத் தேவையில்லை.

அமெரிக்கன் எக்ஸ்பிரஸ் என்று ஒரு நிறுவனம். அமெரிக்க நிறுவனம். ஒரு முறை அந்த நிறுவனத்தின் ஊழியர்கள் சிலர் பொய்க் கணக்கு காட்டி ஊழல் செய்திருந்தார்கள். அதனால் நிறுவனத்துக்கு கோடிக்கணக்கில் நட்டம் என்று செய்தி வர, பங்குச்சந்தையில் அந்த பங்குக்கு தர்ம அடி விழுந்தது. பலரும் விற்றார்கள். அந்த ஊழலுக்கு பெயர் சேலட் ஆயில் ஊழல். வாரன் பஃபட்டும் அந்த நிறுவனத்தில் முதலீடு செய்திருந்தார்.

இவ்வளவு, அவ்வளவு அல்ல. அவரது முதலீட்டு நிறுவனத்தின் மொத்த தொகையில் 25% பணத்தை அதில் போட்டிருந்தார். எல்லோரும் சேர்ந்து அடித்ததில் 60 டாலர் இருந்த பங்கு விலை

போர்ட்ஃபோலியோ முதலீடுகள் | 141

35 டாலர் வந்துவிட்டது. பஃபட் பயந்து விற்கவில்லை. நேராக, அமெரிக்கன் எக்ஸ்பிரஸ் நிறுவனத்துக்குப் போனார். அங்கே எந்தவித பாதிப்பும் இல்லாமல் வியாபாரம் நடப்பதைப் பார்த்தார். சரி சரி, இது ஒரு தாற்காலிகப் பிரச்சனை. விட வேண்டாம், இன்னும் வாங்கு என்று அவருக்கு அவரே சொல்லிகொண்டு இரண்டு கைகளாலும் குறைந்த விலைக்குக் கிடைத்த அமெரிக்கன் எக்ஸ்பிரஸ் பங்குகளை அள்ளு அள்ளு என்று அள்ளினார்.

சந்தை எல்லாவற்றையும் சரியாகத்தான் தெரிந்து செய்யும் என்பதில்லை என்பது அவரது கருத்து.

நம்மூரிலும் இப்படி ஒரு வாய்ப்பு வந்தது. 2008-ம் ஆண்டு. பேர் ஸ்டேர்ன்ஸ் என்னும் அந்நிய (அமெரிக்க) நிதி நிறுவனம் , ஆர்ச்சிட் கெமிக்கல்ஸ் பங்கில் அதிக அளவில் முதலீடு செய்திருந்தது. அமெரிக்காவில் ஏற்பட்ட சப்-பிரைம் கடன் பிரச்னை காரணமாக, பேர் ஸ்டேர்ன்ஸுக்கு ஏகப்பட்ட நட்டம். அதைச் சரிகட்ட, அது, தன்னிடம் இருந்த ஆர்ச்சிட் கெமிக்கல்ஸ் பங்குகளைச் சந்தையில் விற்க ஆரம்பித்தது.

அதே சமயம் ஆர்ச்சிட் நிறுவனத்தின் புரோமோட்டர்கள், தங்கள் வசம் உள்ள ஆர்ச்சிட் நிறுவனப் பங்குகளை வேறு ஒரு நிதி நிறுவனத்திடம் அடகாகக் கொடுத்து கடன் வாங்கியிருந்தனர். பேர் ஸ்டேர்ன்ஸ் விற்கத் தொடங்கியதால், சந்தையில் பங்கு விலை சரிய, அதனால் அடகாக வைத்திருந்த நிறுவனம், தன்னிடம் உள்ள ஆர்ச்சிட் பங்குகளையும் மார்ஜின் கவர் செய்வதற்காக விற்க ஆரம்பிக்க, ஒரே அமளி.

ஒரே நாளில் ஆர்சிட் பங்கு விலை, இந்திய பங்குச்சந்தைகளில் 38% விழுந்தது! அடுத்த நாள் மேலும் 10% விழுந்தது. அதற்கு முன் ரூ. 270 விற்ற பங்கு, திடீரென, ரூ. 145. பொருள் நல்ல பொருள் தான். வேறு சில சந்தைப் பிரசனைகளால் அப்படி ஒரு விலை!

புரட்டல்

நம்மிடம் இருக்கும் பங்குகளில் சிலவற்றை விற்றுவிட்டு, வேறு சில நிறுவனப் பங்குகளை வாங்குவதற்குப் பெயர் புரட்டுவது. சீட்டு விளையாட்டில் ஒருவர் தன் கையில் இருக்கும் சீட்டில் ஏதாவது ஒன்றினைக் கீழே போட்டுவிட்டு, வேறு ஒரு சீட்டை எடுத்துக் கொள்வாரே அப்படி.

அப்படி மாற்றுவதன் மூலம், தனது வெற்றி வாய்ப்புகளை, வெற்றி அளவுகளை அதிகப்படுத்த முயல்கிறார்.

பங்குகளில் சில விலை உயர்ந்திருக்கலாம். வேறு சிலவற்றின் வாய்ப்புகள் முன் நினைத்த அளவில் இருந்து குறைந்திருக்கலாம். இப்படிப்பட்ட காரணங்களால், சில பங்குகளை விற்று விட்டு, வேறு பங்குகளை வாங்கலாம்.

முன்பு பரஸ்பர நிதிகளைப் பற்றிப் பார்த்தபோது, Actively Investing என்று ஒரு முறையைப் பார்த்தோம். அடிக்கடி மாற்றுவது. இது நமது நோக்கத்துக்குச் சரியல்ல. அடிக்கடி மாற்றுவது நம்மைப் பொருத்தவரை சிரமமானதாகும். அதற்கு முதலீடு என்று பெயரில்லை.

எது 'அடிக்கடி' என்கிற புரிதலிலும் நபருக்கு நபர் வேறுபாடு இருக்கலாம். கிடைக்கிற லாபங்களைத் தவறவிடாமல் இருப்பதற்காக விற்கலாம். வாய்ப்பு இருக்கிற பங்குகளை முன் கூட்டியே கண்டறிந்து வைத்து வாங்கலாம்.

விற்று வாங்குகிறோமோ இல்லையோ, நமது போர்ட்ஃபோலியோவில் உள்ள பங்குகளின் மதிப்பு என்ன, எப்படி மாறுகிறது என்பதை மாதம் ஒரு முறையேனும் ஆய்வு செய்வது நல்லது. இணையத்தில் ஏதாவது ஒரு பங்குகள் தொடர்பான இணையத்தளத்தில், நமது போர்ட்ஃபோலியோவின் மாறுதல்களை ஆராய்வது எளிதாக இருக்கும்.

புரட்டுவதற்கான வழிகாட்டுதல்கள்

தங்கம், இடம், வீடு, கடன் பத்திரங்கள், பங்குகள், கமாடிட்டீஸ் என்று பலவகை சொத்துக்களிலும் முதலீடு செய்து, நமக்கேற்ற ஒரு சமச்சீரான போர்ட்ஃபோலியோவை உருவாக்கியிருக்கும் நாம், இவற்றின் அளவுகளிலேயே மாறுதல் செய்யலாம். மொத்தம் 4 காரணங்களுக்காக மாறுதல் செய்யலாம்.

a. அசெட் கிளாஸ் மாறுதல்கள்

எப்போது அதிகமான பணத்தை பங்குகளில் கொண்டு வரலாம், எப்போது பங்குகளை விட்டு வெளியேறி பிற சொத்துக்களில் முதலீடு செய்யலாம் போன்றவற்றை முடிவு செய்ய, தேசத்தின் பொருளாதார நிலைமை மற்றும் போக்கினைப் பார்க்க வேண்டும்.

நாட்டிலே பணவீக்கம் அதிகரித்துக்கொண்டே போகிறது. உற்பத்தி குறைகிறது. அல்லது, நாட்டின் வளர்ச்சி (GDP) குறைகிறது என்கிற நிலைகளில், நிறுவனங்கள் லாபமீட்ட முடியாது. அது போன்ற சமயங்களில் முடியுமானால் பங்குகளில் முதலீட்டை (Exposure) குறைத்துக் கொள்ளலாம்.

b. துறைகளுக்குள் மாறுதல்

அரசின் கவனம் (பட்ஜெட் மற்றும் கிரெடிட் பாலிசி, எக்ஸ்போர்ட் பாலிசி) மாறுகிறபோது, அதற்கு ஏற்ப முதலீடுகளையும் மாற்றிக்கொள்ளலாம். அரசு சிலவற்றுக்கு ஊக்கம் கொடுக்கச் சலுகை காட்டும். சில தொழில்களைக் கட்டுப்படுத்த முனையும்.

சில துறைகளின் லாபம், பல்வேறு காரணங்களுக்காக அதிகரிக்கும். சிலவற்றின் லாபங்கள் குறையும். 'பிராடக்ட் லைஃப் சைக்கிள்' காரணமாக, சில ஆண்டுகள் அதிகரித்துக் கொண்டே போகும் லாபம், பின்பு குறையத் தொடங்கும்.

எந்தத் துறையில் வாய்ப்பு கூடுகிறதோ அதனைக் கண்டுபிடித்து அந்தத் துறையில் இயங்கும் பங்குகளை வாங்கலாம். பதிலுக்கு லாபம் குறையும் துறைப் பங்குகளை விட்டு வெளியேறலாம்.

c. நிறுவனங்கள் தொடர்பான மாறுதல்கள்

நமது போர்ட்ஃபோலியோவில் இருக்கும் குறிப்பிட்ட நிறுவனத்தின் செயல்பாடுகளை, லாபமீட்டல்களைப் பொறுத்து, சிலவற்றைக் கொடுத்துவிட்டு, வாய்ப்பு அதிகம் இருப்பதாகத் தெரிகிற நிறுவனப் பங்குகளை வாங்கலாம். உதாரணமாக, ஐடி நிறுவனங்கள் என்று முடிவு செய்து, கையில் டி.சி.எஸ் பங்கு களை வைத்திருந்து, அதைவிட இன்ஃபோசிஸ் நல்ல லாபம் தரும் என்றால் அப்படியே டி.சி.எஸ்ஸை விற்று அதனை இன்ஃபோசிஸ் பங்கில் போடலாம்.

d. நமது பொருளாதார, குடும்ப சூழ்நிலைகள் மாறுதல்கள் காரணமாக

போர்ட்ஃபோலியோ தொடங்கிய போதிருந்த நிலைதான் தொடரவேண்டும் என்கிற அவசியமில்லையே. நிலையில் முன்னேற்றமோ, அல்லது தேவைகள் அதிகமானாலோ அசெட் கிளாஸ்களில் மாற்றம் செய்யலாம்.

9. மொத்தத்தில்...

வாழ்க்கை முழுக்கவே பணம் சம்பாதிப்பதும், சேமிப்பதும் முதலீடு செய்வதும் நடக்கிறது. குறிப்பிட்ட ஆண்டுதான், குறிப்பிட்ட நாள்தான் என்று எவரும் செய்வதில்லை. ஆனால் பங்குகளில் முதலீடு செய்கிற நேரம் மட்டும், அப்படி ஒரு குறுகியகாலக் கண்ணோட்டம் வந்துவிடுகிறது.

ஆனால், வீடு, நிலம், தங்க நகைகள் ஆகியவற்றைக் கவனியுங்கள். பல ஆண்டுகளுக்கு முன் வாங்கிப் போட்ட வீடு, நிலம் முதலியவற்றின் தற்போதைய மதிப்பு எவ்வளவு உயர்ந்திருக்கிறது! தங்கமும் அப்படியே.

நல்ல முதலீடுகள், நெடுங்காலம் விட்டு வைக்கப்பட்ட முதலீடுகள் என்கிற காரணங்களினால்தான், அப்படி ஒரு முதல் பெருக்கம். அதேபோல நல்ல பங்குகளும் நீண்டகாலத்தில் வாரிக் கொடுத்திருக்கின்றன.

எனவே பங்குச்சந்தையையும் இப்படியே நிதானமாக அணுகுங்கள். பங்குச்சந்தையை அன்றாடம் பார்க்கத் தேவையில்லை. தினம், தினம் எதையாவது வாங்கியும் விற்றும் பணத்தை அழிக்கவேண்டாம். செய்திகள் பார்த்துவிட்டு, படித்துவிட்டு, போட்ட பணம் என்னகுமோ, ஏதாகுமோ என்று மடியில் நெருப்பைக் கட்டிக்கொண்டு இருக்கத் தேவையில்லை.

அதே பங்குச்சந்தைதான். இப்போது நாம்தான் மாறியுள்ளோம். நம் கண்ணோட்டம், நம் அணுகுமுறை முதலீட்டாளராக மாறியுள்ளது. அதனால் வந்திருக்கும் அமைதி. அதனால், ஏற்பட்டிருக்கும் தெளிவு.

'ஆகா, இனி எல்லாம் அற்புதம் மட்டுமே' என்பது பங்குச் சந்தைக்குள் தடால் என்று குதிக்கவும் மாட்டோம். 'அடடா! வெள்ளம் வந்துவிட்டது' என்பது போல அலறி அடித்துக் கொண்டு என்று ஓடவும் மாட்டோம்.

மொத்தத்தில் கீழ்க்கண்ட பத்து கட்டளைகளை மனத்தில் வைப்போம்.

1. திட்டமிடுவோம்

பங்குச்சந்தைக்கு எவ்வளவு? எந்தெந்தப் பங்குகளில் எவ்வளவு? எப்போது, எவ்வளவு முதலீடு. எப்படிப்பட்ட நேரங்களில் என்னவிதமாக வெளியேறுவது என்பது பற்றி தெளிவான திட்டம் போடுவோம். விவரமறிந்தவர்களைச் சந்திப்போம். பேசுவோம், தகவல் சேகரிப்போம். நமது செல்வம் சேர்க்கும் திட்ட வரைவைச் செய்வோம்.

2. பிரித்துப் போடுவோம்

திட்டமிட்டது போலவே, பல்வேறு வகையான முதலீடுகளுக்கு மான தொகைகளை முடிவு செய்வோம். ஏற்கெனவே முதலீடு செய்திருப்பதையும் சரியான மதிப்பீடு செய்து கொள்வோம். அதன்பின் பங்குச்சந்தைக்கு எவ்வளவு சதவிகிதம் என்று தெளிவுபடுத்திக் கொள்வோம். நம் நிகரச் சொத்து மதிப்பு 5 லட்சம் என்றால் பங்குகளுக்கு 2 லட்சம் என்றால், வாழ்க்கை முழுவதற்கும், 2 லட்சம் என்றாகி விடாது. நிகரச் சொத்து மதிப்பு மாற, மாற, பங்குகளுக்கான பங்கீடும் மாற வேண்டும். சொத்து மதிப்பு இறங்கினாலும், அதே அணுகுமுறைதான். 5 லட்சம், 4 லட்சமாகி விட்டால், பங்குகளுக்கு 1 லட்சம் என்பது 80 ஆயிரமாகக் குறைந்து விடும்.

நமது குடும்ப மற்றும் பொருளாதாரச் சூழ்நிலைகள் மாறுவதற்கு ஏற்றாற்போல பல்வேறு சொத்துக்களுக்கு இடையே இருக்கும் மதிப்பு விகிதாசாரத்தையும், குறிப்பிட்ட காலத்துக்கு ஒரு முறை மாற்றிக் கொள்வோம்.

3. ஒழுக்கம் கடைபிடிப்போம்

திட்டமிடுவது, பகுதி பிரிப்பது எல்லாம் கடைப்பிடிப்பதற்காகத் தான் என்பதை மனத்தில் நிறுத்துவோம். திட்டமிட்டுக்கொண்டு

இறங்கியபின், பழைய அணுகுமுறை போல, நினைத்ததும் வாங்குவது, கேள்விப்பட்டதை ஆராயாமல் வாங்குவது, பயத்தில் விற்பது போன்றவற்றை முற்றிலும் தவிர்த்து விடுவோம்.

4. நிறுவனங்களை வாங்குகிறோம் என்ற முனைப்பில் செயல் படுவோம்

வீடு, நிலம், வியாபாரம், தொழில் போன்றவற்றை வாங்குவது போல, பங்குகள் மூலமாக நல்ல நிறுவனங்களின் பகுதி உரிமை களை வாங்குகிறோம், விற்கிறோம் என்கிற நினைப்புடனே செயல்படுவோம். சும்மா, ஏதோ தாளை(பத்திரத்தை) வாங்கு கிறோம் என்று நினைத்துவிடவேண்டாம்.

5. நிதானத்தினை விடமாட்டோம்

பங்குச்சந்தையும் அதன் வாய்ப்புகளும் ஒரேயடியாகக் காணாமல் போய்விடாது. ஆகையினால் பதற்றம் தவிர்ப்போம். ஒன்றிரண்டு ஆண்டுகள் கூட, பங்குச்சந்தையில் வாங்குதல், விற்றல் ஏதும் செய்யாமல் இருக்க முடியும். நமக்கு லாபம் தரும் அல்லது நட்டம் தவிர்க்க உதவும் முடிவுகளின்மீது மட்டுமே நடவடிக்கை எடுப்போம். ஏதாவது செய்துகொண்டே இருக்க வேண்டும் என்பதற்காக அல்ல.

6. அறிவு பூர்வமான முதலீடு செய்வோம்

உணர்வுகளுக்கு இங்கே இடமே இல்லை. பல சமயங்களில் நமது கண்ணும், அதைவிட அதிகமாக மனதும் இல்லாததையும் காட்டும் என்பதை உணர்வோம். எனவே அறிவுபூர்வமாக மட்டுமே செயல்படுவோம்.

7. ஆராய்தல் நமது வேலை

எதிலும், லாபம் சும்மா வராது என்று நமக்குத் தெரியும். நேரத்தில் கிடைக்கும் நம்பத்தகுந்த தகவலும், அதைச் சரியான விதத்தில் புரிந்துகொண்டு நடவடிக்கை எடுக்கும் திறனுமே பணம் பண்ண உதவும் கருவிகள். எனவே சிரமம் பாராது, தகவல்களைத் தேடுவோம். ஆராய்வோம். இது நமது வேலை, நமது பொறுப்பு.

8. தொடர்ந்து கண்காணிப்போம்

இடம், நிலம், வீடு போலன்றி நிறுவனங்களின் மதிப்பு என்பது அடிக்கடி மாறக்கூடியவை. அதனால் அவற்றின் மீது ஒரு கண் வைத்துக்கொண்டேயிருப்போம்.

குறிப்பாக வாங்கிய சில மாதங்களுக்கு, அவசியம் தொடர்ந்து கண்காணிப்பு செய்வோம். சரியில்லாதவற்றை அப்புறப்படுத்து வோம்.

9. கணக்கெடுப்போம்

வந்தவை, போனவை ஆகியவற்றைக் கணக்கெடுப்போம். தேவைப்பட்டால் பங்குகளை விற்று, அதிகரித்திருக்கும் லாபத்தைப் பணமாக மாற்றி, வேறு எதிலாவது முதலீடு செய்வோம்.

10. செல்வம் சேர்ப்போம்.

நட்டம் செய்யமாட்டோம். பங்குச்சந்தை மூலம் நிச்சயம் பெரும் பணம் சேர்த்தே தீருவோம்.

வாழ்த்துகள்.

பின் இணைப்பு: பல்வேறு அசெட்ஸ்

அசட் விவரம்	வாய்ப்புகள்	ரிஸ்க்	எப்படி வாங்கலாம்?
தங்கம்	மிதமான வருமானம்	குறைவு	நகைகளாக, நாணயங்களாக, டிமேட்-ல் EFFகளாக.
அரசு கடன் பத்திரங்கள், NSC, KVP	மிதமான வருமானம் (7%), வரிச்சலுகை	முதலுக்கு உத்தரவாதம்	அஞ்சல கங்களில்
வங்கி நிரந்தர வைப்புகள், FDs	மிதமான வருமானம்	குறைவு	
அஞ்சலக வைப்புகள் லிக்விட் பண்டுகள் FMPகள் பரஸ்பர நிதிகள் (Debt)கில்ட் பண்டுகள்	நிச்சயமான ஆனால் குறைவான வருமானம்	குறைவு	
ஃபண்ட் ஆஃப் ஃபண்ட்ஸ் - பரஸ்பர நிதிகளில் முதலீடு செய்யும் பரஸ்பர நிதிகளின் பரஸ்பர நிதி	ஓரளவு கூடுதல் வருமானம்	ஓரளவு குறைவு	
(பேலன்ஸ்ட்) - பங்குகள் மற்றும் கடன் பத்திரங்களில் முதலீடு செய்யும் பரஸ்பர நிதிகள்	கூடுதல் வருமானம்	குறைவு	
பரஸ்பர நிதி (ஈக்விட்டி) - பங்குகளில் முதலீடு செய்யும் பரஸ்பர நிதிகள்	பங்குச்சந்தை உயரும் நேரம் அதிகம் தாவும். குறையும் போது இறங்கும்.	உண்டு	

அசட் விவரம்	வாய்ப்புகள்	ரிஸ்க்	எப்படி வாங்கலாம்?
கமாடிட்டீஸ் (Commodities) தங்கம், வெள்ளி, கச்சா எண்ணெய், தானியங்கள், மிளகு, மஞ்சள் போன்றவை	சந்தையின் போக்கினைப் பொருத்தவை	உண்டு	பங்குச்சந்தை தரகர் மூலம் MCX, MCDX சந்தைகளில்
வீடுகள் / பிளாட்டுகள்	சொத்து விலை உயரலாம். கடனுக்கான வட்டி மற்றும் அசலுக்கு வரிச் சலுகைகள் உண்டு.	குறைவு	
ரியல் எஸ்டேட் பண்டுகள்	சந்தையின் போக்கைப் பொருத்தது.	டி-மேட் பங்குத் தரகர்கள் மூலமாக	
பங்குகள்	நீண்டகாலத்தில் பலன்	உண்டு	NSE மற்றும் BSEயில்
பங்குகள் டெரிவேட்டிவ்ஸ், பியூச்சர்ஸ்	குறைந்த பணத்தில் அதிக வாய்ப்புகள்	மிக அதிகம்	பங்குத்தரகர் மூலம்
பங்குகள் டெரிவேட்டிவ்ஸ், ஆப்ஷன்ஸ்	குறைந்த பணத்தில் அதிக வாய்ப்புகள்	மிக அதிகம்	பங்குத் தரகர் மூலம்
பங்குகள் டிரைவேட்டிவ்ஸ், இன்டெக்ஸ் பண்டுகள்	சந்தை போக்கைப் பொருத்தவை	அதிகம்	பங்குத் தரகர் மூலம்
யூலிப்புகள்-ஆயுள் காப்பீட்டுடன் இணைந்தவை	நீண்டகாலத்தில் வளரும் வாய்ப்பு உண்டு.	முதிர்வடையும் நேரம் பங்குச் சந்தை இருக்கும் நிலையைப் பொருத்தது.	காப்பீட்டு நிறுவனங்களிடம் இருந்து முகவர்கள் மூலமாக.

ஆசிரியரின் நூல்கள்

சுயமுன்னேற்றம்
1. இட்லியாக இருங்கள் - எமோஷனல் இன்டெலிஜென்ஸ்
2. எமோஷனல் இண்டெலிஜென்ஸ் 2.0
3. ரசவாதம்: ஏதிலும் பெரும் வெற்றி (NLP பற்றி)
4. தடையேதுமில்லை (சுயமுன்னேற்றக் கட்டுரைகள்)
5. உஷார் உள்ளே பார் (மனமும் சக்தியும்)
6. ஆல் தி பெஸ்ட்! (நீங்கள் விரும்பும் வேலையை வென்றெடுப்பது எப்படி?)
7. தள்ளு (மோட்டிவேஷன்)
8. சின்னத் தூண்டில் பெரிய மீன்
9. சிறு துளி பெரும் பணம்
10. டீன் தரிகிட (பதின் பருவம்)
11. சொல்லாததையும் செய்!
12. மனதோடு ஒரு சிட்டிங்
13. இவ்வளவுதானா நீ?
14. முன்னேற்றம் இந்தப் பக்கம்
15. எல்லோரும் வல்லவரே
16. காதலில் இருந்து திருமணம் வரை
17. சிக்கனம் சேமிப்பு முதலீடு
18. நல்லதாக நாலு வார்த்தை
19. திட்டமிடுவோம் வெற்றிபெறுவோம்
20. அதிகாரம் அல்ல, அன்பு
21. உடல் மனம் புத்தி
22. யார் நீ?
23. You vs You: *Everything you need to know about Emotional Intelligence*

பங்குச்சந்தை
1. அள்ள அள்ளப் பணம் 1 - பங்குச்சந்தை: அடிப்படைகள்
2. அள்ள அள்ளப் பணம் 2 - பங்குச்சந்தை: அனாலிசிஸ்
3. அள்ள அள்ளப் பணம் 3 - பங்குச்சந்தை: ஃபியூச்சர்ஸ் அண்ட் ஆப்ஷன்ஸ்
4. அள்ள அள்ளப் பணம் 4 - பங்குச்சந்தை: போர்ட்ஃபோலியோ முதலீடுகள்
5. அள்ள அள்ளப் பணம் 5 - பங்குச்சந்தை: டிரேடிங்
6. அள்ள அள்ளப் பணம் 6 - மியூச்சுவல் ஃபண்ட்
7. அள்ள அள்ளப் பணம் 7 - தங்கம்
8. அள்ள அள்ளப் பணம் 8 - இன்சூரன்ஸ்
9. அள்ள அள்ளப் பணம் 9 - கடன்
10. ஷேர் மார்க்கெட் சீக்ரெட்ஸ்
11. பங்கு சந்தை என்றால் என்ன
12. Bulls and Bears - *All about Shares*
13. ஷேர் பசார் சீக்ரெட்ஸ் (ஹிந்தி)

வியாபாரம்
1. நம்பர் 1 சேல்ஸ்மேன் (சிறந்த விற்பனையாளர் ஆவது எப்படி?)
2. பணமே ஓடி வா
3. தொட்டதெல்லாம் பொன்னாகும்
4. பணம், சில ரகசியங்கள்
5. பணம் சந்தேகங்கள் விளக்கங்கள்
6. நேர்மையாக சம்பாதிக்க இவ்வளவு வழிகளா!
7. எந்தத் தொழிலிலும் ஜெயிக்கலாம்

நிர்வாகம்

1. ஆளப்பிறந்தவர் நீங்கள் (தலைமைப் பண்புகள்)
2. காலம் உங்கள் காலடியில் (நேர நிர்வாகம்)
4. உலகம் உன் வசம் (கம்யூனிகேஷன்)
5. உறுதி மட்டுமே வேண்டும் (கமிட்மெண்ட்)
6. உறவுகள் மேம்பட *(Secrets of Managing People)*
7. சிறந்த நிர்வாகி ஆவது எப்படி?
8. மேனேஜ்மெண்ட் குரு கம்பன்
9. வீட்டுக் கணக்கு
10. நேரத்தை உரமாக்கு (காலம் உங்கள் காலடியில் - 2)

பொருளாதாரம்

1. நாட்டுக் கணக்கு
2. நாட்டுக்கணக்கு - 2
3. அதிர்ந்த இந்தியா
4. அவசரம் - உடனடியாக செய்யவேண்டிய சமூக பொருளாதார மாற்றங்கள்

மாணவர்களுக்கு

1. மன அழுத்தம் விரட்டலாமா
2. இந்தமுறை நீதான்
3. நீங்கள் அசாதாரணமானவர்
4. You are Extraordinary
5. திட்டமிடுவோம் வெற்றிபெறுவோம்

மற்றவை

1. எங்குமிருப்பவர் (சாய் சரிதம்)
2. கே பாலசந்தர்- வேலை டிராமா சினிமா
3, நல்ல மனம் வாழ்க
4. மகிழ்ச்சியாக வாழுங்கள்
5. அப்பா, மகன் - நெருக்கமும் நெருடல்களும்

புதினம்

1. நெஞ்சமெல்லாம் நீ
2. பட்டாம்பூச்சிகளின் கண்ணாமூச்சி காலம்
3. ஜெமினி சர்க்கிள்

நீங்கள் விரும்பும் புத்தகம் உங்கள் வீடு தேடி வர அழையுங்கள்

Dial for Books

94459 01234 | 9445 97 97 97

WhatsApp No: 95000 45609

dialforbooks.in | amazon.in | flipkart.com